विज्ञानरंजन

दिलीपराज प्रकाशन प्रा. लि.™
२५१ क, शनिवार पेठ, पुणे -४११०३०

दिलीपराज प्रकाशनाची सर्व पुस्तके आता आपण *Online* खरेदी करू शकता.
आमच्या **Website** ला कृपया अवश्य भेट द्या. **www.diliprajprakashan.in**
दूरध्वनी क्रमांक (फॅक्ससहित)- २४४७१७२३, २४४८३९९५, २४४९५३१४
info@diliprajprakashan.in

विज्ञानरंजन

प्रा. अनिल दांडेकर

दिलीपराज प्रकाशन प्रा. लि.™
२५१ क, शनिवार पेठ, पुणे - ४११०३०.

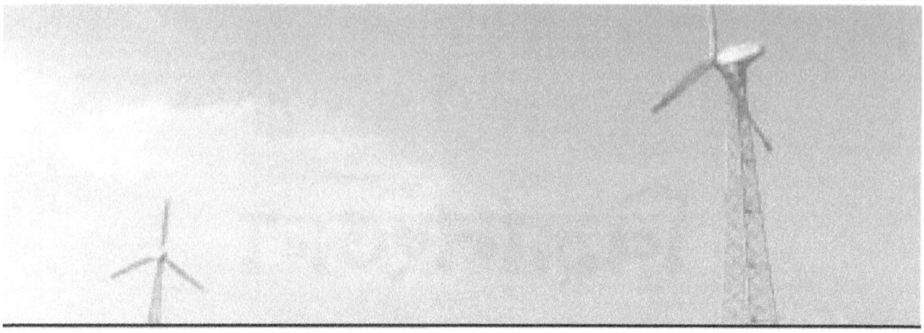

विज्ञानरंजन | Vidnyanranjan

ISBN - 978 - 93 - 82988 - 52 - 6

प्रकाशक । राजीव दत्तात्रय बर्वे **।** मॅनेजिंग डायरेक्टर दिलीपराज प्रकाशन प्रा. लि.
२५१ क, शनिवार पेठ, पुणे ४११०३०

प्रकाशन दिनांक : २९ सप्टेंबर २०१३

प्रकाशन क्रमांक : २०७४

टाईपसेटिंग । सौ. मधुमिता राजीव बर्वे
पितृछाया मुद्रणालय, ९०९ रविवार पेठ. पुणे ४११००२

मुखपृष्ठ । कैवल्य मशिदकर

तीर्थरूप अण्णासाहेब
आणि
मातोश्री वत्सलाबाई
यांच्या पवित्र स्मृतीस अर्पण

-अनिल

प्रस्तावना

श्रीमान अनिलराव दांडेकर सरांना मी गेली ५०-५५ वर्षे ओळखतो आहे. एक धडपडे, रुळलेल्या वाटेवरून न जाणारे, अखंड उत्साही व्यक्तिमत्त्व म्हणून त्यांची मला ओळख आहे.

दांडेकर सरांनी अध्यापन हे आपलं ध्येय मानलं. पुण्यातील नू. म. वि. प्रशालेसारख्या नामवंत शिक्षणसंस्थेत त्यांनी तळमळीनं शिकवण्याचं काम तर केलंच, पण वृत्तपत्रे आणि इतरही प्रसिद्धिमाध्यमांच्या मदतीने जनसामान्यांपुढे अनेक विषय रंजक पद्धतीने सादर केले. आजवर त्यांनी भूगोल-विज्ञान-निसर्ग-सजीवसृष्टी अशा अनेक विषयांचा परिचय आपल्या लिखाणातून आणि भाषणांमधून करून दिला. सिम्बॉयोसिस या संस्थेच्या स्थापनेत त्यांचा मोलाचा सहभाग होता. अमेरिकेतील नॅशनल जिओग्राफिक या जगप्रसिद्ध संस्थेच्या निमंत्रणावरून ते त्या संस्थेला भेट देऊन आले. पुण्यातून एव्हरेस्ट मोहीमेवर निघालेल्या धाडसी गिर्यारोहकांना आर्थिक मदत मिळवून देण्यासाठी प्रचंड धडपड केली. अक्षरश: घरोघरी फिरून, लहान-मोठ्या देणग्या मोहिमेसाठी मिळवल्या. अंदमानवरील त्सुनामीच्या आपत्तीची साद्यंत माहिती मिळवून, त्या भागाला प्रत्यक्ष भेट देऊन मिळालेली माहिती शाळा-महाविद्यालये आणि अनेक संस्थांमध्ये जाऊन तिथे ती सादर केली. त्यांच्या धडपडीची आणि विषयांची विविधता कळावी, एवढ्यासाठीच ही मोजकी उदाहरणे घेतली आहेत. प्रत्यक्षात त्यांचं काम त्यातूनही व्यापक आहे.

एकविसाव्या शतकात विज्ञान आणि निसर्गविज्ञान हे आपल्या दैनंदिन जीवनाचा भाग झालेला असले, तरीही त्यांतील अनेक विषय-उपविषय आपल्याला सखोल परिचित नसतात. ही उणीव लक्षात घेऊनच त्यांची विज्ञानरंजन, अद्‌भुत सजीवसृष्टी, अफलातून जलचरसृष्टी, चौकस सफर वसुंधरेची— ही चार नवी

पुस्तके आपल्यापुढे आणली आहेत. त्या विषयांची क्लिष्टता जाणवू न देता, सर्व माहिती पुरेशा तपशिलांवर आपल्यापुढे आणण्याचे त्यांचे कसब त्यातून दिसून येते.

त्या विषयांचा सर्वसामान्यांच्या जीवनात थेट संबंध येत नसला, तरीही त्या विषयाशी आपण व्यक्तिश: आणि समाजाचा एक घटक म्हणून कसे निगडित आहोत, हे त्यांनी उत्तम प्रकारे दाखविले आहे. त्या विषयांमध्ये अनेक सजीव आणि निर्जीव घटकांचा संबंध आला आहे. तरीही हे सारे लिखाण फार कंटाळवाणी लांबड न लावता पुस्तकाच्या २-४ पानांत आकर्षक पद्धतीने त्यांनी मांडले आहे. सर्व पुस्तकांत चाळिसाहून अधिक विषय-उपविषय समाविष्ट असल्याने, एखाद्या विषयाबद्दल आपली नावड असेल तर तेवढी २-४ पानं सोडून आपण आपलं वाचन पुढे चालू ठेवू शकतो. अर्थात, श्रीमान अनिलरावांची हातोटी अशी की, असा एखाद्याच्या नावडीचा विषयही त्यांनी असा खुलवून सांगितला आहे की, वाचक तो वाचून मगच पुढची पानं उलटेल.

– प्र. के. घाणेकर

मनोगत

माझ्या वैयक्तिक जीवनांतील १९६८-६९ हा काळ दिशादर्शक ठरला. महाविद्यालयीन विज्ञान पदवी अभ्यासक्रम पूर्ण झाल्यानंतर पुढे कोणती वाटचाल करायची, या विचारात गुरफटलो होतो. 'युथ ऑर्गयझेशन' नावाच्या सामाजिक-सांस्कृतिक विचारप्रवाहांचा ऊहापोह, कृती, विचारसत्रे घेणाऱ्या 'ॲक्टिव्ह ग्रुप'च्या संपर्कात आलो. समाजातील अनेकविध समस्या, विचारप्रवाह, अन्याय इत्यादींची तोंडओळख होऊ लागली. बिहारमधील भयानक दुष्काळ, लोकनेते जयप्रकाश नारायण यांची युवकांना हाक, स्वयंसेवकांची प्रत्यक्ष तेथे जाऊन कार्य करण्याची गरज—या सगळ्याने मन भारावून गेले. युथ ऑर्गनायझेशनच्या पहिल्या तुकडीत फर्ग्युसन महाविद्यालयाचा 'रिप्रझेंटेटिव्ह' म्हणून गया प्रांतातील 'रजौली' भागात स्वयंसेवकाचे कार्य महिनाभर केले. त्या कालखंडात जमीनदारी, गरीब-श्रीमंत शेतकरी, अन्याय, सामाजिक व्यथा इत्यादी विविध अंगांचे दर्शन झाले. जगाकडे पाहण्याची, अनुभव घेण्याची दृष्टी आणि वृत्ती आत्मसात झाली.

बिहार येथील अनुभव आणि विचार यामुळे लिखाणाचे बीज पेरले गेले. त्या सुमारास प्रसिद्ध झालेल्या 'मानव चंद्रावर उतरणार' या विलक्षण बातम्यांनी भारावून गेलो. त्या विषयावरील माहिती संकलित करण्याचा सपाटा लावला. 'स्वराज्य' मध्ये 'अंतराळवीर पृथ्वीवर तयार केले जातात' या मथळ्याचा माझा पहिलावहिला वैज्ञानिक लेख १९६९ च्या जुलै महिन्यात प्रसिद्ध झाला आणि विख्यात नू. म. वि. प्रशालेत विद्यार्थ्यांसमोर भाषण करण्याची संधी मिळाली.

नू. म. वि. प्रशालेच्या जगाशी तोंडओळख, तेथेच विज्ञान अध्यापकाची नोकरी... रसरशीत जिवंत, हुषार, प्रेमळ विद्यार्थी आणि स्नेही अध्यापक, कर्तबगार मुख्याध्यापक, संपन्न ग्रंथालय यांच्या सहवासातील तब्बल बावीस वर्षांचा सलग 'सोनेरी-सुगंधी' कालखंड वैयक्तिक आयुष्यात अविस्मरणीय ठरला. चिकित्सक-

ज्ञानपिपासू विद्यार्थी आणि समाज व प्रबोधन करण्याच्या सुप्त हेतूने वृत्तपत्रीय लिखाणाचा छंद जडला.

विज्ञान, भौगोलिक घडामोडी, आश्चर्ये, प्राणी, वनस्पती, क्रीडाप्रकार, मुलाखती, प्रवासवर्णने, पुस्तक परीक्षणे—अशा विविध विषयांवर प्रामाणिकपणे लिहीत गेलो. असंख्य विद्यार्थी, स्नेही, ज्ञात-अज्ञात वाचक, मार्गदर्शक, संपादक यांच्या अमोल पाठिंब्यामुळे हजारभर लेख सहजपणे प्रसिद्ध झाले.

लेखांच्या कात्रणांचा संग्रह काटेकोरपणे करीत राहिलो. कात्रणांच्या वह्या त्रासदायक वाटू लागल्या. वयोमानामुळे कागदही जर्जर होऊ लागले. ऑगस्टमध्ये माझा एक चाणाक्ष, मनमिळाऊ विद्यार्थी डॉ. मंदार परांजपे कामानिमित्त घरी आला होता. माझ्या लेखांचा पसारा पाहून त्याने काही वह्यांवर कटाक्ष टाकला. "सर, या लेखसंग्रहाचे आता काय करणार आहात?" या त्याच्या प्रश्नावर माझ्याकडे काहीच उत्तर नव्हते.

मंदारने त्याचे स्नेही दिलीपराज प्रकाशनाचे श्री. राजीव बर्वे यांना सहजपणे ओळख करून देण्याच्या दृष्टिकोनातून घरी पाचारण केले. लेखांचा संग्रह अस्ताव्यस्त पडलेला होता. त्यांच्या चाणाक्ष, अनुभवी दूरदृष्टीने काही मिनिटांतच लेखविषयांवरून शोधक नजर फिरवली. म्हणाले, "अहो, या संग्रहाची पुस्तके ज्ञानवर्धक आणि मनोरंजक ठरतील, वाचकांना आवडतील. फक्त परवानगी द्या." त्यावर ठीक आहे, तुम्ही ताबा घ्या— एवढेच बोलून मी मोकळा झालो.

मनातही नव्हते ते प्रत्यक्ष साकारले आहे, या अवस्थेची मला कल्पनाही नव्हती. सौ. यशोदिता सावकार यांनी अमूल्य वेळ देऊन प्रत्येक लेखाचे वाचन, निवड, फायलिंग, अनुक्रमणिका इ. सोपस्कार केले. त्यांच्या सहाकार्याशिवाय काहीच झाले नसते. या सहृदयी, आपुलकीयुक्त व्यक्तींमुळेच पुस्तकयोग मूर्त स्वरूपात आला आहे.

वाचकांना मनोरंजनयुक्त ज्ञानप्राप्ती व्हावी, हा अंतस्थ हेतू पुस्तकरूपात प्रत्यक्षात आणण्याचे श्रेय श्री. राजीव बर्वे, दिलीपराजचे सहकारी, डॉ. मंदार परांजपे, सौ. सावकार यांचेच आहे. वाचक या पुस्तकांचे स्वागत करतील, ही अपेक्षा बाळगतो.

– अनिल दांडेकर

अनुक्रमणिका

१. वाऱ्यापासून शक्ती

आपल्या पुराणांमध्ये वायुपुत्राचा, प्रचंड वाऱ्याच्या शक्तीचा, अस्त्रांचा उल्लेख आहे. वाऱ्याचे वेगवान झोत सोडून राक्षसांच्या वसाहतींमध्ये हाहाकार उडाला, सागराचे पाणी किनारा ओलांडून नाश करू शकले– या व अशा प्रकारच्या कथा निश्चितच भाकडकथा नाहीत. त्यांत खूपच तथ्य असले पाहिजे. वेगवान वादळाने घरे जमीनदोस्त होतात, छपरे दूरवर उडून जातात, महाकाय बोटी आगपेटीप्रमाणे भिरकावल्या जातात, झाडे उलथून पडतात– या वाऱ्याच्या अंगात इतकी संहारक शक्ती आहे. जर ती ताब्यात आणता आली, तर?

या प्रश्नावर अनेक दिवस गरजवंत, कल्पक माणसे, तंत्रज्ञ विचार करीत होते. चौकस माणसाला गरज कधीच स्वस्थ बसू देत नाही. वाऱ्याला वेठीला धरायचे, ही कल्पना मनात रुजली आणि त्या कल्पनेचा उपयोग मोठ्या प्रमाणावर मानवाने करून घेतला तो शिडाच्या जहाजांसाठी. प्रचंड शक्ती दासी झाली आणि

महासागरांच्या भव्य शरीरावरून जहाजे देशोदेशी हिंडू लागली. त्यानंतर शास्त्रज्ञांनी लक्ष वळवले ते पाणी उपसून घेण्यासाठी.

पवनचक्की

पाणी म्हणजे जीवन. त्याचा खूपसा साठा जमिनीच्या पोटात. तो गुरुत्वाकर्षण शक्तीविरुद्ध खेचून काढायला फार श्रम करावे लागत. शास्त्रज्ञांच्या चौकस दृष्टीसमोर भिरभिरणारा वारा आणि जमिनीतील पाणी दिसू लागले. त्यांची सांगड घातली गेली ती पवनचक्कीमार्फत. प्रचंड आकाराची पाती असलेली चक्रे हवेत उभारली गेली. त्यांची पाती पसरट होती व त्यांच्या बाजूला चक्रांनी दोर जोडले गेले. वारा भुरुभुरू वाहू लागला. स्वभावातील खट्याळपणाने पात्यांना वारा धक्का देऊ लागला. पाती गरागरा भ्रमण करू लागली आणि दोराला जोडलेली भांडी पाणी भरून जमिनीच्या पृष्ठभागावर येऊ लागली. स्वत:च्या फायद्यासाठी वारा ताब्यात आल्यानंतर काही शास्त्रज्ञांनी रक्षणासाठी वाऱ्याला नोकरीत ठेवले. उंच पंखांना काटेरी ब्रश जोडले. वाऱ्याच्या वेगाने पाती फिरू लागली की, त्यांचा ठरावीक प्रकारचा भीतिदायक कर्कश आवाज सुरू होई. झेपावणारे त्रासदायक पक्षी; प्राणी, चोरा-चिलटांवर आपओपाच पहारा बसला.

अलीकडे वाऱ्याचा विधायक उपयोग करून घेतला तो हॉलंडच्या नागरिकांनी. समुद्रसपाटीपेक्षा कमी उंचीवर वसलेला हा देश सागरी लाटांपासून नेहमीच धोक्याच्या छायेत वावरत असे. कल्पक तंत्रज्ञांनी सागराच्या काठावर भरभक्कम भिंत घातली. भिंतीतून पाझरलेले पाणी एकत्र साठविण्याची सोय केली आणि बाजूला पवनचक्क्या जोडून दिल्या. ठरावीक पाणी साठताच फिरणाऱ्या पात्यांना काम मिळते. पाणी बाहेर उपसून टाकले जाते. वाहणाऱ्या वाऱ्याला मर्यादा नाही अन् सागराच्या पाण्याला तुटवडा नाही. दोन भरभक्कम शक्ती एकमेकांना ताब्यात ठेवतात आणि हॉलंड देश मात्र समुद्रपातळीखाली असून कोरडा ठणठणीत रहातो. हॉलंडमधील अनेक समुद्रकिनाऱ्यांजवळ असे भिरभिरणारे पंखे, त्यांवर रंगीबेरंगी दिवे, फुगे, जाहिराती यांचे विलोभनीय दृश्य सादर होते.

वाऱ्याच्या अमर्याद शक्तीचा अमेरिकन शास्त्रज्ञांनी पुरेपूर फायदा करून घेतला आहे. मोकळ्या भागांतून किती वेळ, किती वेगाने, कोणत्या दिशेने वारा वाहतो याचे सतत निरीक्षण करून त्यानुसार वाऱ्याकडून हरतऱ्हेची कामे करून घेतली जात आहेत. जर जहाजाच्या शिडात वारा भरला गेला, तर त्यामुळे जहाजाला गती मिळते; तर जमिनीवर चालणाऱ्या वाहनाला का गती मिळू नये?

या प्रश्नाचे उत्तर शोधले ते रिचर्ड बायर्ड या तंत्रज्ञाने. त्याने त्याच्या मोटारसायकलला एक छोटे विद्युत जनित्र जोडले आणि उंच दांड्याच्या साह्याने पंख बसविले. वाऱ्याच्या वेगाने पंखे फिरले की, ती शक्ती जनित्राला मिळून गती प्राप्त होते आणि मोटारसायकल सहज चालू शकते. जरूर नसेल तेव्हा किंवा वारा वाहत नसेल तेव्हा, पंख्याचा छत्रीसारखा आकार तयार होऊन सावली मिळते.

वाऱ्यावरची सर्कस

एमिक गेहर्क या तंत्रज्ञाने तर वाऱ्यावर एक बालनगरीच चालवली आहे. तेथे ३०० वेगवेगळ्या प्रकारची, आकाराची, रंगांची खेळणी मोठमोठ्या पंख्यांना जोडलेली आहेत. त्या खेळण्यातील उंदीर-मांजर एकमेकांचा सतत पाठलाग करतात. वाऱ्यावर पंख फैलावून उडणारे हरतऱ्हेचे पक्षी, कर्णमधूर आवाज करणारी यंत्रे, प्राणी, आपोआप चालणारे विमान, आगगाडी आणि चक्क तीन चाकी सायकलसुद्धा– अशी ही वाऱ्यावरची सर्कस पाहायची असेल तर थेट वॉशिंग्टनजवळील ग्रँड काऊली या वसाहतीला भेट द्यावी लागेल. वारा जर तुमच्यावर खूष असेल, तर आत शिरताना ‘सुस्वागतम’च्या स्वरलहरी तुमच्या कानी पडतील, तर निरोप घेताना ‘धन्यवाद’ अशा अर्थाचे भावपूर्ण शब्द ऐकू येतील.

वाऱ्याच्या गतीवर मियामी येथे एक विद्युत केंद्र चालविले आहे. या गावाजवळ असलेल्या टेकडीवर अनेक पवनचक्क्या बसविलेल्या आहेत. अटलांटिक सागरावरून येणारा वारा या पंख्यांना सतत गती देतो आणि त्यामार्फत जनित्र पाण्यापासून वीज तयार करते. यापासून निर्माण झालेली वीज दहा हजार घरांमधील अंधार नष्ट करते. ओक्लोहोमा परगण्यात धान्य दळण्याची गिरणी चालण्यासाठी पवनचक्कीचा उपयोग केलेला आहे. त्यामार्फत रोज मोठ्या प्रमाणावर धान्य दळून घेतले जाते.

काही वर्षांतच वाऱ्याच्या मदतीने अनेक उपयुक्त कामे घडवून आणल्यास विशेष आश्चर्य वाटण्याचे कारण नाही, एवढे मात्र निश्चित. वाऱ्यावरची वरात आता काही वर्षांतच जमिनीवर वाटचाल करू लागेल!

-*-*-*-

२. बोलणारे कॉम्प्युटर

गेल्या वर्षापासून कॉम्प्युटरने उपयुक्ततेमध्ये पुढचे पाऊल उचलले आहे. कॉम्प्युटर आता तोंडी आज्ञा पाळू लागला आहे, बोलू लागला आहे. मिलीवॉकी इन्स्टिटट्युट ऑफ टेक्नॉलॉजी येथील संशोधक-शास्त्रज्ञ व्हिक्टर झूअी यांच्याकडे कॉम्प्युटरमधील आधुनिक प्रगती करण्याचे श्रेय जाते.

एखाद्या घटनेवरील निर्णय, कारखान्यात-प्रयोगशाळेत ठरावीक निरीक्षणानंतर द्यावयाची आज्ञा आणि त्यानुसार करावयाची क्रिया यांची सुयोग्य माहिती कॉम्प्युटरला आधीच देऊन ठेवलेली असते. योग्य क्षणाला ते कार्य करवून घेण्याची क्रिया कॉम्प्युटरमार्फत केली जाते. याचा व्यावहारिक उपयोग शिकागो येथील ओहारे विमानतळावर युनायटेड एअरलाईन्सच्या तंत्रज्ञांनी यशस्वीपणे केला आहे. त्या

गजबजलेल्या विमानतळावरून देशांतर्गत प्रवास करणाऱ्यांची संख्या प्रचंड असते. प्रवासी तेथे उतरून वेगवेगळ्या ठिकाणी जाणारी विमाने पकडण्याच्या गडबडीत असतात. प्रत्येक प्रवाशाचे सामान स्वतंत्रपणे धातुपट्ट्यांवरून सरकत-सरकत पुढे येते. ते सामान, बॅगा दुसऱ्या विमान कंपनीच्या काउंटरवर पाठविण्याची आज्ञा कॉम्प्युटरमार्फत अचूकपणे दिली जाते. ज्या शहराला जायचे असेल, त्यांच्या बॅगांना लावलेली विमान कंपन्यांची इलेक्ट्रॉनिक पद्धतीची लेबल्स या कामात उपयोगी पडतात. या प्रकारे सुमारे सात-आठ हजार बॅगा, पार्सल्स शिकागो विमानतळावर बिनचूकपणे रोज हलविली जातात.

आज्ञा देणाऱ्या कॉम्प्युटर्सची उपयोगकक्षा आता वाढत आहे. अमेरिकेतील काही प्रमुख शहरांत 'असोसिएशन ऑफ ऑर्गन ट्रान्सप्लँट' या संस्थेची स्थापना झालेली आहे. यकृत, हृदय, किडनी, विशिष्ट प्रकारचे रक्त यांची अचानक जरुरी लागते. दुसऱ्याचे कार्यक्षम अवयव मिळाल्यास मृत्यूच्या दारातील एखाद्या व्यक्तीचे प्राण वाचू शकतात. कॅलिफोर्नियातील प्रमुख ऑर्गन (इंद्रिय) ट्रान्सप्लँट कार्यालयाकडे संपर्क साधल्यास तेथील कॉम्प्युटरमार्फत कोणत्या शाखेकडे अपेक्षित अवयव उपलब्ध आहे याची माहिती टेलिफोनमार्फत कळविली जाते. मृत्यूच्या दारातील व्यक्तीचे वय, रक्तगट, शारीरिक क्षमता इत्यादी अत्यावश्यक माहिती जमा करून त्यानुसार कोणत्या ट्रान्सप्लँट संस्थेशी संपर्क साधावा याची माहिती कॉम्प्युटर पुरवितो.

आज्ञा देणाऱ्या कॉम्प्युटरचा यशस्वी वापर एडवर्ड विमानतळावरील एफ-१६ प्रकारच्या लढाऊ विमानांमध्ये करण्यात आलेला आहे. ध्वनिवेगाने उड्डाण करणाऱ्या लढाऊ विमानांतून शत्रूच्या केंद्रावर अचूक हल्ला चढविणे म्हणजे तारेवरची कसरत असते. शत्रूचे ठाणे हेरणे, त्यानुसार विमानांची दिशा-कोन बदलणे, पंखांमधील रॉकेट्स, मशिनगन यांना सुसज्ज ठेवणे, किती उंचीवरून व कोणत्या कालमर्यादेत त्या सर्व क्रिया उरकायच्या याच्या आज्ञा कॉम्प्युटरमध्ये आधीच रेकॉर्ड करून ठेवलेल्या असतात. विमान त्या परिसरात आल्यानंतर हल्ला चढविणे, चढविलेला हल्ला कितपत यशस्वी झालेला आहे याची छायाचित्रे टिपणे वगैरे तांत्रिक कामे कॉम्प्युटरमार्फत उरकली जातात. त्यामुळे वैमानिक आपले सर्व लक्ष यशस्वी उड्डाणाकडे केंद्रित करतो.

आतापर्यंत कॉम्प्युटर लाल दिव्याच्या मदतीने चुका दर्शवीत असे; परंतु संभाषणातील चुका, उच्चार माध्यमांमार्फत तत्काळ निदर्शनास आणून देण्यात कॉम्प्युटर यशस्वी ठरला आहे. बरोबर उच्चार असलेले पन्नास हजार शब्द

नोंदवून ठेवलेले असतात. एखादी व्यक्ती संभाषण करीत असताना, फोनवरून संदेश देत असताना चूक झाल्यास कॉम्प्युटर त्यात दुरुस्ती करून देतो. परकी भाषा, योग्य उच्चार यांचे शिक्षण देणाऱ्या प्रयोगशाळांमध्ये या पद्धतीचा वापर होणे आता उपयुक्त आहे.

डेट्रॉईट येथील फोर्ड कंपनीमधील जेरी रिवॉर्ड हा तंत्रज्ञ बोलक्या कॉम्प्युटर्सचा वापर मोटारींमध्ये करण्याचा प्रयत्नात सध्या आहे. मोटारीची दारे नीट लागली नाहीत, इंधनाचा साठा कमी झालेला आहे, इंधनात प्रदूषण आहे, सीटबेल्ट्स नीट अडकविलेले नाहीत, वेग जरुरीपेक्षा जास्त आहे– यांसारख्या चुका मोटारीतील ध्वनिक्षेपकामार्फत चालकाला वेळोवेळी देऊन अपघातांची संख्या कॉम्प्युटर कमी करू शकेल.

बोलके कॉम्प्युटर सामान्यांच्या दैनंदिन जीवनात कोणत्या प्रकारे उपयुक्त ठरतील, या संदर्भात व्हिक्टर झूआी यांचे मार्गदर्शनानुसार कार्नेगी मेलॉन विद्यापीठातील संशोधक प्रयोगांत मग्न आहेत. ज्या व्यक्तींचे उच्चार अशुद्ध आहेत, उच्चारप्रक्रिया दोषपूर्ण आहेत; त्यांना स्वयंसुधारणा करण्यात या कॉम्प्युटर्सचा उपयोग होईल. यांत्रिक मानव (रोबो) हा टप्पा यशस्वीपणे ओलांडल्यानंतर शास्त्रज्ञांनी प्रत्येक मानवाला वैयक्तिक स्वरूपात उपयुक्त ठरणाऱ्या प्रयोगांकडे आता लक्ष केंद्रित केले आहे.

-*-*-*-

३. दिमाखदार काळे मोती

सोने, चांदी, हिरे, पाचू, मोती इत्यादी घटक म्हणजेच कोणत्याही माणसाला सहजपणे आकर्षण पडेल, असा मामला. कलाकाराच्या अतुलनीय कौशल्याने त्या मौल्यवान घटकांपासून तयार केलेले दागिने, शोभेच्या वस्तू– विशेष करून सर्व स्तरांवरील महिलांना प्राणापेक्षा प्रिय असतात. दागिन्यांचे प्रकार अगणित आहेत. थेट मस्तकापासून, पावलापर्यंत, शरीराच्या प्रत्येक अवयवाची शोभा वृद्धिंगत करण्यासाठी तयार केलेले दागिने अनेक शतके अजरामर झाले आहेत.

सोन्या-चांदीचे दागिने विशेष करून सामान्य व्यक्तींना आयुष्यभर अंगाखांद्यावर वागविण्याची हौस असते. सरदार, राजे-रजवाडे यांनी तर प्राण गेले तरी दागिन्यांपासून फारकत घेतली नाही. इजिप्तमधील ममीच्या रूपाने सोन्या-

चांदीचे दागिने प्रेतासमवेत ठेवण्याचा प्रघात अनेक शतके जोपासण्यात आला.

वर उल्लेखिलेल्या मौलिक घटकांपैकी मोती (पर्ल) हा घटक अतिशय आगळावेगळा आणि नैसर्गिक अवस्थेत निर्माण झालेला आहे. सोने, चांदी, हिरा हे मौलिक घटक पृथ्वीच्या गर्भात अनेक प्रकारच्या गुंतागुंतीच्या अमर्याद कालापर्यंत घडणाऱ्या प्रक्रियामार्फत तयार होतात. खनिज या स्वरूपात आढळणाऱ्या त्या घटकांना खोलवरून खणून काढण्यात येते. त्या खनिजावर कारागिरी केल्यानंतर त्यातून चित्ताकर्षक दागिने तयार करता येतात.

मोती हा अमौलिक घटक कालवाच्या (ऑयस्टर) शरीराच्या आत ठरावीक भागात तयार होतो. कालवाच्या उदरपोकळीत काही ग्रंथी असतात. त्या ग्रंथींमधून अतिसंथ गतीने एक प्रकारचा रासायनिक द्रव पाझरतो. तो द्राव एका सूक्ष्म कणाभोवती जमा होऊन नैसर्गिक प्रक्रियेने घट्ट होत गेल्यास त्याला गोलाकार प्राप्त होतो. नैसर्गिक प्रक्रियेने तो द्राव अतिशय कठीण, तुकतुकीत, चकचकीत, अपारदर्शक बनतो. त्या कठीण घटकाची वाढ पूर्ण झाल्यानंतर तो शरीरातून बाहेर टाकला जातो, त्यालाच मोती म्हणून ओळखले जाते.

मोत्याच्या भोवती एक प्रकारचे जिलेटिनयुक्त घटकाचे आवरण असते. त्या घटकाच्या थरामार्फत मोत्याचे संरक्षण होते. मोत्याचा पृष्ठभाग अत्यंत तुकतुकीत, स्वच्छ, अपारदर्शक असतो. त्यामुळे त्यावर कोणत्याही तीव्रतेचा प्रकाश पडल्यास त्याचे परावर्तन होते. त्या परावर्तित प्रकाशामुळे मोत्याला दिलखेचक सौंदर्य प्राप्त होते. प्रकाशाचा पृष्ठभागावर जसजसा परिणाम होईल, त्यानुसार मोत्याचे सौंदर्य वृद्धिंगत होते. त्याचा चकचकीतपणा वाढतो.

कालव हा सागरी प्राणी असून तो दिसायला अत्यंत बेढब आहे. त्याचे शरीरात अस्थींपेक्षा स्नायूंची संख्या जास्त असल्याने कठीण असते. विशेषत: पॅसिफिक महासागरातील अनेक लहानसहान, परंतु स्वच्छ पारदर्शक पाण्याने वेढलेल्या बेटांच्या आसपास कालवांच्या वसाहती आढळतात. जपान, कोरिया, चीन, मलेशिया या देशांमध्ये कालवांपासून मोती जमा करून त्यांचा दागिन्यांमध्ये वापर करण्याचा उद्योग-व्यवसाय कोट्यवधी रुपयांची उलाढाल करणारा आहे.

मध्य आणि जपानच्या परिसरातील बेटांच्या भागात मोती तयार करण्यासाठी सागराच्या पाण्यात कृत्रिम तलाव केले जातात. शास्त्रीय पद्धतीने पाणबुड्यांच्या मदतीने कालवांच्या वाढीचे निरीक्षण करण्यात येते. सागरी पाण्यातून चित्रण करणाऱ्या कॅमेऱ्यांमार्फत मोत्याची होणारी वाढ अभ्यासली जाते. साधारणत: १० ते १५ महिन्यांच्या कालावधीत मोत्यांची वाढ पूर्ण होते. दोन ते पाच

मिलिमीटर व्यासाचे मोती तयार होतात. जैविक तंत्रज्ञान वापरून कालवांच्या शरीरात काही संप्रेरके टोचल्यास मोती निर्माण होण्याचा कालखंड लवकर पूर्ण होतो. काही प्रयोग करून एका कालवाच्या शरीरात एकाच वेळी दोन-तीन मोती निर्माण करण्याचे प्रयोग यशस्वी ठरले आहेत.

संख्येने जास्त मोती तयार करण्यासाठी कालवांना प्रयोगशाळेत एकत्रित केले जाते. त्यांचे शरीरात कृत्रिम पद्धतीने अगदी सुईच्या टोकाएवढा कठीण पदार्थ उदरपोकळीत स्थिरावला जातो– म्हणजेच 'इंजेक्ट' केला जातो. अशा रीतीने शरीरातील आतील बाजूस कठीण घटक स्थिर केल्यास स्रावनिर्मितीचा वेग वाढतो आणि मोती तयार होण्याची क्रिया लवकर पूर्ण होते.

कालवांपासून तयार होणाऱ्या स्रावात प्रथिनांचे प्रमाण, युरियाचे संयुग यांच्यामुळे वेगवेगळे रंग प्राप्त होतात. साधारणत: नैसर्गिक प्रक्रियेने तयार झालेल्या मोत्यांना पांढरा, फिक्कट पिवळा, निळसर झाक प्राप्त होते.

मोत्यांच्या या दुनियेत दक्षिण पॅसिफिक महासागरातील ताहिती बेटांच्या प्रदेशाला आगळेच वरदान लाभलेले आहे. तेथील सागरी पाणी अतिशय नितळ, पारदर्शक, स्वच्छ, शांत असल्याने तेथील सरोवरांमध्ये 'पिनकटाडा मारगारीहेफेरा' या प्रकारचे कालव प्रामुख्याने वाढतात. या कालवांपासून दिमाखदार, भरपूर प्रकाश परावर्तित करणाऱ्या काळ्याशार टपोऱ्या मोत्यांची निर्मिती होते.

दक्षिण पॅसिफिक महासागरातील ताहिती बेटांच्या टॉऊमाटो सामुद्रधुनीजवळील बेटांच्या भागात रॉबर्ट वॅन नावाचा पंचेचाळीस वर्षांचा जपानी वंशाचा 'मोती तज्ज्ञ' ही जगातील नामवंत व्यक्ती आहे. त्याने गेल्या वीस वर्षांत केलेल्या संशोधनानुसार मॅसहिअे बेटाच्या परिसरात अत्यंत देखण्या, काळ्याशार मोत्यांचे प्रचंड उत्पादन होऊ लागले आहे. ते मोती भरीव, टपोरे आणि आकाराने मोठे असतात. काळ्या पृष्ठभागावर सूर्यप्रकाश पडल्यानंतर त्यांचे सौंदर्य खुलून दिसते. काळेशार मोती म्हणजे अतिप्रचंड आर्थिक उलाढाल करणाऱ्या व्यवसायाचा आत्मा आहे. विशिष्ट जातीच्या कालवांचे तेथे जतन, वर्धापन केले जाते. इतर सागरी प्राण्यांपासून त्यांना इजा होणार नाही, याची काळजी घेण्यात येते.

कालवांपासून मोती बाहेर टाकण्याची कालमर्यादा अचूकपणे ओळखणे, हे तेथील तज्ज्ञांचे प्रमुख कार्य असते. अशा कालवांना प्रयोगशाळेतील पाण्यात किंवा अतिसंरक्षित सागराच्या भागात आणले जाते. साधारणत: पाण्याचे तापमान ७० ते ७५ अंश फॅरनहाईट असल्यास मोती बाहेर टाकण्याची क्रिया गतीने केली जाते. यासाठी हवामानतज्ज्ञ तापमानाच्या चढ-उतारावर लक्ष ठेवून असतात.

गोळा केलेले मोती मोठ्या परातींमध्ये एकत्रित करून त्यांची वर्गवारी केली जाते, तसेच ते स्वच्छ केले जातात. सूक्ष्मदर्शक यंत्राच्या साह्याने त्यांचे पृष्ठभाग तपासण्याचे कार्य रॉबर्टकडून केले जाते. काही रासायनिक बदल झाल्यास मोत्यांचा रंग फिक्कट पांढरट, पिवळसर, चंदेरी, गुलाबी होऊ शकतो. क्वचित वेळेला हिरव्या रंगाचाही होऊ शकतो.

काळ्या मोत्यांपासून केलेले नेकलेस अतिशय लोकप्रिय असतात. कंठहार, बांगड्यांमध्येही त्यांचा वापर केला जातो. अशा रीतीने कालवांचे वर्धापन करण्यापासून त्यांची जपान, युरोप, अमेरिका देशांत निर्यात करेपर्यंतच्या अत्यंत जोखमीच्या मान्यवर उद्योगात सात-आठ हजार कर्मचारी व्यग्र झालेले आहेत. या सर्वांचा अनभिषिक्त सम्राट म्हणून रॉबर्ट वॅनला ओळखले जाते.

दर वर्षी अशा प्रकारच्या काळ्या मोत्यांच्या व्यवहारातून हजारो कोटी रुपयांची उलाढाल होते. अतिशय शिस्तबद्ध, धंदेवाईक पद्धतीने केलेला हा व्यवहार प्रामुख्याने हवाई मार्गाने केला जातो.

अंड्यांमधून अळ्या बाहेर पडून सागरी पाण्यात भ्रमण करू लागल्यानंतर प्रत्यक्ष कामगिरीला सुरुवात होते. अळ्यांना चांगले खाद्य पुरविले जाते. पाणबुड्यांमार्फत पाण्यात प्लॅस्टिकच्या लहान व्यासाच्या नळ्यांचे जाळे तरंगत ठेवले जाते. त्या नळ्यांमध्ये अळ्या आश्रय घेतात आणि त्यांचे लहान कालवांमध्ये रूपांतर होते.

कालवांचा आकार योग्य रीतीने वाढत असल्यास व सहा महिन्यांचा काळ व्यवस्थित पार पडल्यास छोटी शस्त्रक्रिया करून त्याच्या उदरपोकळीत प्लॅस्टिकचा छोटा कण कृत्रिमरीतीने ठेवला जातो. त्या कणामुळे उदरपोकळीत स्राव निर्माण होऊन साधारणत: १५-२५ महिन्यांच्या कालखंडात मोती तयार होतो.

अशा रीतीने खास काळ्याशार मोत्यांची निर्मिती आणि व्यवसाय करणाऱ्या पॉलिनेशिया किंवा फ्रेंच ओशिआना या नावाने ओळखल्या जाणाऱ्या ह्या भौगोलिक प्रदेशाचे महत्त्व गेल्या १५-२० वर्षांत अतिशय वाढले आहे. सातत्य, चिकाटी आणि त्याच जोडीला विज्ञान, तंत्रज्ञान यांचा वापर करून या व्यवसायाला जागतिक दर्जा प्राप्त झाला आहे. पृथ्वीवरील श्रीमंतीचे ते भव्य लक्षण आहे. म्हणून अत्यंत श्रीमंत व्यक्ती काळ्या मोत्यांची 'ऑर्डर बुक' करू लागले आहेत. २१ मिलिमीटर व्यासाचा एक मोती १९९५ मध्ये उपलब्ध केला. त्याची किंमत साडेतीन कोटी रुपये ठरली.

-*-*-*-

४. उंचावर रुजणारी वनस्पती

वनस्पतीसृष्टीमध्ये प्रचंड विविधता सामावलेली आहे. अति सूक्ष्मतेपासून महाकाय आकाराच्या वनस्पती पृथ्वीवर आढळतात. गेली सुमारे दीडशे वर्षे अनेक वनस्पती संशोधक जगाच्या पाठीवर संशोधन करीत आहेत. वैशिष्ट्यपूर्ण माहितीचा खजिना अद्यापही रीता आहे. हवा, पाणी, अंतराळ, भूगर्भ याबरोबरच बर्फ, वाळवंट अशा माध्यमातही वाढणाऱ्या वनस्पतींचे संशोधन म्हणजे कल्पनेपलीकडील जीवसृष्टी आहे. कॅलिफोर्नियातील रेडवूड जंगलातील सिक्विओया प्रकारच्या वनस्पती भव्य वृक्ष - तीनशे फुटांपेक्षा उंच वाढतात. सर्वात उत्तुंग असा सिक्विओया वृक्ष ३६५ फूट उंचीचा आहे. सर्वात उंच, उत्तुंग सजीव ठरण्याचा मान या वृक्षाने मिळविला आहे.

कोणत्याही प्रकारच्या बीजाला जमिनीच्या गर्भात उबदार हवामान, ओलसरपणा मिळाली की बीजांकुरण होते. नाजूक रोप वाढू लागते आणि त्याचे रुपांतर वृक्षात

होते. परंतु या विहित, नैसर्गिक चक्राला न जुमानता बोर्निओच्या दाट जंगलातील अंजिराच्या जातीमधील फिग - शास्त्रीय नावे फायकस स्टुपेंडा, फायकस कॅऊलोकार्पा, फायकस सुमात्राना ह्या वृक्षाच्या बिया जमिनीपासून पन्नास-साठ फुट उंचीवर अंतराळात बिजांकुरित होतात.

या वैशिष्ट्यपूर्ण वृक्षांच्या अभ्यास करण्यासाठी विषुववृत्ताच्या दक्षिण दिशेला हिंदी महासागरातील इंडोनेशिया, बोर्निओ, सुमात्रा या भागातील घनदाट जंगलामध्ये वनस्पती तज्ज्ञांनी संशोधन मोहिमा काढल्या. टीम लामान आणि त्याची पत्नी चेरील लामान या धाडसी वनस्पती संशोधकांना दोन वर्षाच्या अथक परिश्रमानंतर साजेसे यश मिळाले. बोर्निओ बेटांच्या दक्षिण भागात गुनुंग पॅलूंग नॅशनल पार्क नावाच्या संरक्षित जंगलाने सुमारे बावीस लक्ष एकराचा प्रदेश व्यापलेला आहे. या जंगलाचे परिसरात प्रतिवर्षी सरासरीने दीडशे इंचापर्यंत पाऊस कोसळतो. विषुववृत्तीय हवामानाच्या प्रदेशातील अनेकविध प्रकारचे पक्षी, ओरांगउटान प्रकारातील वानरे, लांबलचक झुपकेदार शेपट्या असणाऱ्या खारी, विविध गुणधर्माच्या वनस्पती यांची रेलचेल असते. त्यांचा अभ्यास करण्यासाठी शास्त्रज्ञांच्या मोहिमा वेध घेत असतात.

अशा मोहिमेत टीम लामान याला वर उल्लेखलेल्या उत्तुंग वृक्षांची माहिती मिळाली. या वृक्षांची उंची दीडशे फुटापर्यंत होती. त्या वृक्षांच्या छपराच्या भागातील फांद्या छत्रीच्या काड्यांप्रमाणे मध्यअक्षापासून दूर दिशेला वाढतात. त्यांना पानांचा डोलारा येतो आणि परिणामत: डेरेदार आकाराचे दाट छत्र तयार होते. या छत्राला कॅनॉपी असे संबोधले जाते. त्या कॅनॉपीमुळे सूर्यकिरण जमिनीकडे पोहोचू शकत नाहीत. सूर्य डोक्यावर असतानासुद्धा जंगलाचे पायथ्यापाशी अंधार जाणवतो.

शास्त्रीय पद्धतीने विचार केल्यास एकंदर सर्व प्रकारची विपरीत परिस्थिती असूनही या वनस्पती वाढतात. प्रचंड पाऊस, मधूनच उपलब्ध होणारा सूर्यप्रकाश पायथ्याकडे पोहोचत नाही. जमिनीत पाण्याचे खूप प्रमाण, त्यामुळे दलदल अशा पूर्ण विरोधी वातावरणातही वाढणाऱ्या वनस्पतींचे संशोधन म्हणजे आगळावेगळा विक्रम आहे. त्याचाच वृत्तांत या लेखात घेतला आहे.

१९९३ मध्ये नॅशनल जिओग्राफीक संस्थेतर्फे बोर्निओच्या विविध भागांमधील जंगलातील प्राण्यांचे संशोधनाची मोहिम हाती घेण्यात आली. इतर काही शास्त्रज्ञांनी ओरांगउटान वानरांच्या हालचाली, सवयी, त्यांचे सामूहिक आयुष्य याबद्दल संशोधन केले. या एकंदर पाहणीत शास्त्रज्ञांना काही वेगळ्या घटना अभ्यासण्यास

मिळाल्या. त्यानुसार 'ऱ्हायनो हॉर्नबील' नावाचा अतिदेखणा पक्षी आणि लहान पिल्लू शरीरावर बाळगत भ्रमंती करणारी मादी ओरांगउटान ठराविक सिझनमध्ये ठराविक वनस्पतींची फळे खाण्यासाठी धडपडत असतात, असे आढळून आले. त्यांनी त्या प्रकराची निरीक्षणे वनस्पती संशोधकांकडे सादर केली. त्या जंगलाचे हवाई मार्गे सर्वेक्षण करताना छायाचित्रण करण्यात आले होते. त्या सर्वेक्षणात उंच वृक्षांच्या बेचक्यात काही लहान रोपटी वाढताना दिसत होती. या आगळ्या वेगळ्या घटनेकडे टीम लामान यांनी लक्ष केंद्रित केले.

१९९५ पासून त्या प्रदेशात संशोधन मोहीम आखण्यात आली होती. संशोधन करताना त्या प्रदेशातील जंगलामध्ये औदुंबर अंजिरासारख्या वृक्षांच्या काही जाती आढळून आल्या. यातील फळांचे, वृक्षांचे बरेचसे गुणधर्म समान होते, परंतु फळांचा रंग पिवळाधम्मक, गर्द लाल किंवा हिरवा असल्याचे आढळले. यातील काही रोपांची वाढ जमिनीवर तीन-चार उंच इतकी होऊन ती सुकून जात. छायाचित्रण करताना काही उंच वृक्षांच्या खोडावरून मनगटाइतकी जाडसर मुळे फक्त आधार घेत असत, त्या वृक्षांचा जीवनरस शोषून घेत नसल्याने परजीवी नसल्याने संशोधक वृत्तीला निश्चित दिशा मिळाली. अशाच दोन-तीन वृक्षांवरील जाडसर मुळांचा शोध खालपासून वरच्या दिशेने घेताना तब्बल ऐंशी नव्वद फूट उंचापर्यंत प्रवास केला. अगदी वरच्या भागात दाट कॅनॉपीच्या परिसरात बीजांकुरण होत असल्याचे पाहून टीमला आश्चर्याचा धक्का बसला.

त्याने मचाण बांधून तशा परिस्थितीचे निरीक्षण करीत नोंदी ठेवण्यास सुरुवात केली. त्यातील काही फळे मुद्दाम जमिनीवरील दलदलीत टाकण्यात आली. त्यांच्याही नोंदी ठेवण्यात आल्या. त्यानुसार बीजांकुरण झाले, परंतु पाण्याच्या जास्त प्रमाणाने रोपे वाळून, कुजून गेल्याचे लक्षात आले. साधारणत: फेब्रुवारी, मार्च महिन्यात वृक्षांना फळे येतात. त्यावेळी हॉर्नबील पक्षी फळे कुरतडून बियांचे प्रसारण करताना लक्षात आले. ते पक्षी फळे तोडून ठराविक वृक्षांच्या बेचक्यात बसून बिया बाहेर टाकतात किंवा त्यांच्ये विष्ठेमार्फत बियांचे प्रसारण होते, असे ध्यानात आले.

या निरीक्षणांनुसार एप्रिल-मे महिन्यात बिया रुजू लागतात. भरपूर पावसाळ्यानंतर हवेतील बाष्पाचे प्रमाण वाढते. त्याचा उपयोग होऊन बिया रुजतात, बियांना फुटलेली हवाई मुळे हवेतील बाष्प शोषून घेतात. सुमारे दोन-तीन वर्षांचे काळात मुळे चांगलीच फोफावतात आणि सरतेशेवटी जमिनीवर

पोहोचून त्यातील पाणी, पाण्यात विरघळलेले क्षार शोषून वाढ सुरू होते.

साधारणत: सात-आठ वर्षांच्या कालखंडात त्या वृक्षांच्या भरदार खोडावर मुळांचे भक्कम जाळे तयार झाल्याचे आढळते. त्या मुळांचा आधार घेऊन वानरे सहजपणे हालचाली करू शकतात. काही ठिकाणी भक्कम मुळे हवेत तरंगत असतात. त्यांचा आधार घेऊन ओरांगउटान झोके घेतात आणि तोल सांभाळत सांभाळत उंचावरून जमिनीकडे आल्याचेही ध्यानात आले.

या प्रकारे फलधारणा, बीजांकुरण घडण्यापूर्वी त्यांच्या फुलांमधील परागसिंचन वैशिष्ट्यपूर्ण पद्धतीने घडते, असे निरीक्षणातून समजले. ठराविक जातीचे मोठ्या आकाराचे भुंगे वाळलेल्या फळांचे कवच भेदतात. ते फळ परिपक्व होण्यापूर्वी त्यातील परागकण पायांना चिकटतात आणि दुसऱ्या फळातील स्त्रीकेसरांवर त्यांचे परागसिंचन घडून येते. मकाव, ओरांगउटान यांच्या पचनक्रियेत काही बिघाड झाल्यास ते मुद्दामपणे औदुंबरासारख्या वृक्षांची फळे सेवन करून आपोआप बरे होतात, असेही संशोधनात आढळले. सातत्याने दीड वर्षे त्या प्रदेशात वावरून त्या संशोधक पतीपत्नींनी बोर्निओच्या जंगलातील वनस्पती, पक्षी, प्राण्यांचे स्थलांतर, जमिनीपासून उंचावर जन्म घेणाऱ्या वनस्पती यांची निरीक्षणे करून नैसर्गिक शास्त्राच्या ज्ञानात भर घातली आहे. ही धाडसी मोहीम पार पाडताना त्यांच्यावर काही प्रसंग प्राणावर बेतले होते.

-*-*-*-

५. मागणीप्रमाणे खेळाडूही तयार होणार?

रशिया, पूर्व जर्मनी, चीन यांसारख्या साम्यवादी देशांबद्दल सर्वसाधारणपणे हरप्रकारचे औत्स्युक्य जगात फार मोठ्या प्रमाणात आहे. पोलादी पडद्यामागे होणाऱ्या राजकीय उलाढाली, क्रुश्चेव्ह-बुल्गानिन यांसारख्या जागतिक पुढाऱ्यांची होणारी उचलबांगडी, हंगेरी-अफगाणिस्तान रातोरात पादाक्रांत करण्याची सफाई– यांसारख्या घटना केवळ 'वर्ल्ड न्यूज सेन्सेशन' निर्माण करून गूढतेत भर घालतात. आता याच धर्तीवर 'कम्युनिस्टी' राष्ट्रांमधील जागतिक खेळाडूंनी जगाला आश्चर्यकारक धक्के देण्यास सुरुवात केली आहे.

मॉंट्रिअल ऑलिंपिक्सपासून पोहणे, ॲथलेटिक्स, जिम्नॅस्टिक, कॅलेस्थेनिक्स, वेटलिफ्टिंग या क्रीडाप्रकारांमध्ये पूर्व जर्मनी, रशिया आणि लहानसहान 'कम्युनिस्टी' राष्ट्रांतील खेळाडूंचे दैदीप्यमान यश अक्षरशः धक्कादायक ठरत आहे. उदा. केवळ अठ्ठावीस दशलक्ष लोकवस्ती असलेल्या पूर्व जर्मनीच्या खेळाडूंनी मॉंट्रिअल ऑलिंपिक्समध्ये तब्बल ४० सुवर्णपदके, तर मॉस्को ऑलिंपिक्समध्ये ६२

सुवर्णपदके मिळविली. रौप्य आणि ब्राँझपदकेसुद्धा भरपूर आहेत. पोहणे व ट्रॅक ॲथलेटिक्समध्ये तर त्यांना 'मोनोपॉली' मिळाली आहे. पूर्व जर्मनीपेक्षा अनेकपट भव्य असलेल्या रशियाने तर सुवर्णपदके मिळविण्यात खास साजेसा विक्रम प्रस्थापित केला आहे. फारसे माहीत नसलेले, बाहेरील स्पर्धांमध्ये विशेष भाग घेत नसलेले हे खेळाडू एकदम ऑलिंपिक्स किंवा आंतरराष्ट्रीय स्पर्धांमध्ये येऊन जागतिक विक्रमांबरोबर सुवर्णपदके पटकावतात– या धक्कादायक बदलांकडे अमेरिका, पश्चिम जर्मनी, इंग्लंड या राष्ट्रांनी खास लक्ष पुरविण्यास सुरुवात केली.

स्पोर्ट्स मेडिसिन, बायोफिजिकल सायन्स आणि इलेक्ट्रॉनिक यंत्रणा यामार्फत या 'खेळाडू निर्मिती मशिन्स'ची माहिती गेल्या काही वर्षांच्या हेरगिरीनंतर उपलब्ध झालेली आहे. 'आपापल्या देशामध्ये एकंदर स्थिरस्थावर झाल्यानंतर बाह्य जगाला हरतऱ्हेचे आश्चर्यकारक हादरे अचानक द्यावयाचे', असा निर्णय कम्युनिस्ट राज्यांतील मध्यवर्ती मंडळातर्फे घेण्यात आला. अर्थात, हा निर्णय निवडक अधिकारी आणि संबंधित व्यक्ती यांच्याशिवाय कोणालाही कळणार नाही, याची व्यवस्था चोखपणे करण्यात आली होती. त्याचा परिणाम म्हणजेच, १९५८ मध्ये पहिला स्फुटनिक अंतराळात गेला व त्या पाठोपाठ काही वर्षांत युरी गागारिन हा पहिला अंतराळवीर पृथ्वीभोवती भ्रमण करायला लागून पाश्चिमात्य 'सुपर पॉवर्स'ना अक्षरश: हादरवून टाकले.

पूर्व जर्मनीतील लाइप्सिग आणि स्टालिनग्राड (रशिया) येथे फिजिकल कल्चर्सची चार शिक्षणकेंद्रे १९५२ मध्ये सुरू झाली. या शिक्षणकेंद्रांमार्फत चार वर्षांच्या अवधीत साठ प्रकारच्या क्रीडास्पर्धांमधील आठ हजार तज्ज्ञ शिक्षकांची निर्मिती करण्यात आली. यासाठी निवडलेले खास शिक्षक सैन्यदल आणि शासकीय यंत्रणेतील अत्यंत दर्जेदार व सरकारी अमलाखाली होते. त्यामुळे विविध कोर्सेस व त्यासाठी लागणाऱ्या सर्व सुविधा उपलब्ध होत्या.

प्रशिक्षण घेऊन बाहेर पडलेल्या शिक्षकांवर मोठी सामाजिक जबाबदारी सोपविण्यात आली. त्यांनी ठिकठिकाणच्या शाळांत, क्लब्जमध्ये जाऊन आठ ते बारा या वयोगटातील मुलांमध्ये कोणकोणते क्रीडानैपुण्य आहे, कोणते वैशिष्ट्य आहे याची हेरगिरी करून 'कॅच देम यंग' या प्रकारे एकूण सात हजार मुलांची यादी गोळा केली. शारीरिक क्षमतेच्या इतर काही टेस्ट ताबडतोब घेऊन चार हजार मुलांचे सिलेक्शन करण्यात आले. प्रत्येक फिजिकल डायरेक्टरकडे पंधरा मुलांचा गट सोपविण्यात आला. या डायरेक्टरने प्रत्येकाच्या पालकांशी

संपर्क साधून, प्रत्येक कुटुंबाची सर्वसाधारण माहिती घेऊन तुमचा मुलगा कोणत्या क्रीडाप्रकारांसाठी सरकारमार्फत निवडला गेला आहे याची कल्पना पालकांना दिली.

येथपर्यंत त्या मुलांची मानसिक, शारीरिक तपासणी पूर्ण झाली व सर्व टेस्टमध्ये परिपूर्ण ठरलेल्या तीन हजार होतकरू विद्यार्थ्यांचे फायनल सिलेक्शन करण्यात आले. त्या प्रत्येकाच्या पालकाला सरकारतर्फे काही रक्कम, राहण्याची सोय व इतर सुविधा उपलब्ध केल्याने आपल्या पाल्याच्या संदर्भात त्यांची कोणतीही कुरकुर शिल्लक राहिली नाही. ॲथलेटिक्स, पोहणे, बॉडी बिल्डिंग अशा स्वरूपात सिलेक्ट केलेल्या मुलांची गटविभागणी करण्यात आली. प्रत्येकाला रोज चार तास व्यायाम, आहारतज्ज्ञांनी ठरविलेला आहार आणि त्या विषयाबद्दलची थिअरी या प्रकारे माहिती देण्यात आली. या काळात त्यांचा शालेय अभ्यास मागे पडू नये, म्हणून ठरावीक विषय शिकवण्यात आले.

प्रत्येक गटाचे वर्किंग शेड्यूल ठरविण्यात आलेले होते. त्या प्रत्येक खेळाडूची अपेक्षित सर्वांगीण शारीरिक तयारी होत आहे किंवा नाही यांची काटेकोरपणे तपासणी केली जात होती. याचबरोबर 'तुम्ही निवडलेले तरुण भाग्यवान आहात... तुम्ही राष्ट्रीय संपत्ती असून उच्च मनोधैर्य कायम राखल्यास तुम्ही बाहेरच्या जगाला आश्चर्यचकित करणारे क्रीडापराक्रम गाजवू शकाल... कम्युनिस्ट सरकार तुमच्याकडे फार मोठ्या अपेक्षेने पाहत आहे...' अशा स्वरूपाचे विचार, काहीशा 'ब्रेन वॉशिंग'च्या प्रकारे त्यांच्यावर बिंबविण्यात येत असत.

यानंतर दर दोन वर्षांनी पूर्व जर्मनीच्या वेगवेगळ्या भागात स्पार्टाकियाड्स– राष्ट्रीय स्पर्धा– भरविण्यात आल्या. या स्पर्धा बाह्य जगताला खूपशा अज्ञात होत्या. या स्पर्धांना मित्र राष्ट्रांतील खेळाडू हजर असत. अशा सर्व प्रकारे क्रीडाप्रकारांचा कायम ठेवलेला प्रकल्प सुसूत्रपणे राबवत ठेवल्याने १९६८च्या अखेरीस अत्यंत दर्जेदार असे दीड हजार खेळाडू निर्माण झाले!

या खेळाडूंची 'स्पोर्ट्स स्कूल'मध्ये रवानगी करण्यात आली. येथील प्रत्येक खेळाडूला सर्व सुविधा उपलब्ध होत्या. भरपूर पॉकेटमनी पण दिला जात होता. या सुमारास त्या प्रत्येक खेळाडूचा मानसिक कल, शारीरिक क्षमता आणि इतर सर्वसाधारण आवाका पाहून त्याने आता कोणत्या स्पर्धेत परिपूर्णता मिळवावी, हे ठरविण्यात आले. प्रत्येकाला बदलत्या हवामानात सराव करता यावा म्हणून लाइप्सिग, नोव्हर, क्रिमिया, युक्रेन अशा दूरदूरच्या ठिकाणांतील 'इनडोअर स्टेडिअम्स' मध्ये पाठवून सराव करून घेण्यात आला. आता या सर्व खेळाडूंची

रवानगी 'सिलेक्टेड स्पोर्ट्स स्कूल'मध्ये करण्यात आली होती. साधारणत: कोणकोणत्या स्पर्धकाने कोणत्या वर्षीच्या ऑलिंपिक्समध्ये भाग घ्यायचा, याचे पण शेड्यूल तयार झाले.

ठरावीक क्षमता निश्चित झाल्यावर त्या प्रत्येकाच्या स्नायूंतील शक्ती वाढावी, दम वाढावा, जास्तीत जास्त स्टॅमिना निर्माण व्हावा यासाठी हार्मोन्स, स्टेरॉइड्स यांची ट्रीटमेंट सुरू करण्यात आली. या ट्रीटमेंटचा विपरीत परिणाम होत नाही ना, याची चाचणी वारंवार घेण्यात आली. त्यांच्या दंडांवर, पोटऱ्यांवर इलेक्ट्रॉनिक यंत्रणा बसवून स्नायूंची सर्व प्रकारची इत्थंभूत माहिती गोळा करण्यात आली आणि खऱ्या अर्थाने ते एकेक 'सुपर स्टार्स' पोहणे, बोट पुलिंग, वेटलिफ्टिंग, ॲथलेटिक्समध्ये पराक्रम गाजवू लागले.

कॉर्निलिआ एंडर या वीस वर्षांच्या तरुणीने मॉंट्रिअल ऑलिंपिक्समध्ये चार सुवर्णपदके मिळवून पोहण्याच्या स्पर्धेत एक विक्रम प्रस्थापित केला आहे. तिच्या सांगण्यानुसार, गेल्या आठ वर्षांत चाचण्यांपेक्षा जास्त काळ तिने पोहण्याच्या सरावात घालविला. खाण्या-पिण्याच्या बाबतीत तर तिला मुक्तपणा नव्हताच. वजन, चरबी (लठ्ठपणा) वाढता उपयोगी नाही, स्नायूंतील शक्ती कायम राहत वाढली पाहिजे इ. अनेक पथ्ये तिला पाळावी लागली. वोल्फकॉंग भॉन या जिम्नॅस्टने याच प्रकारे एकूण बारा जागतिक विक्रम प्रस्थापित केले.

या सर्व जाचाला कंटाळून काही क्रीडाशिक्षक, स्पर्धक, अमेरिका इंग्लंडमध्ये कायमचे स्थायिक झाले. त्यांच्यातील एक जबाबदार क्रीडातज्ज्ञ म्हणाला, "या सर्व यंत्रणेत जबरदस्त कठोरपणा आहे. एकेक क्रीडास्पर्धक तयार करण्यात अक्षरश: एकेक चांद्रवीर तयार होईल एवढे श्रम, पैसा गुंतलेला असतो." या कम्युनिस्ट राष्ट्रांमध्ये या प्रकारे 'गोल्ड मेडलिस्ट' निर्माण करण्याची अक्षरश: क्रीडायंत्रेच तयार आहेत. नक्की आकडा समजू शकत नाही– पण पुढील काही ऑलिंपिक्समध्ये या खेळाडूंकडून खरोखरच धक्कादायक 'रेकॉर्ड्स' तयार होतील. तयार होण्याआधी ती 'रेकॉर्ड्स' या घटकेलाच उपलब्ध होत आहेत. स्पोर्ट्स मेडिसीनमार्फत ही 'मानवी यंत्रे' जागतिक क्रीडा स्पर्धांचा नूरच पालटणार आहेत.

-*-*-*-

६. कृत्रिम, कलात्मक हिरे

डायमंड म्हणजेच हिरा. पृथ्वीवरील सर्वांत कठीण नैसर्गिक पदार्थ. पृथ्वीच्या अंतरंगातील उलथापालथीत, जडणघडणीत कार्बनचा स्वच्छ, शुद्ध घटक खोलवर गाडला जातो. त्याच्यावर अतिप्रचंड दाब वर्षानुवर्षे पडत राहतो. त्यापासून निश्चित पैलू करणारा कठीण स्वरूपाचा हिरा तयार होतो. नैसर्गिक पद्धतीने, संथ प्रक्रियेने हिरा निर्माण होण्यास लक्षावधी वर्षे लागतात. हिऱ्याच्या स्फटिकरचनेमुळेच– म्हणजेच त्याच्या पैलूदारपणामुळे प्रकाशकिरणांचे विलक्षण प्रकारे परावर्तन होते. यामुळेच हिरा अतिशय आकर्षक दिसतो. हिऱ्याची पैलुक्षमता आणि प्रकाशपरिवर्तनाची व्याप्ती यावर त्याची किंमत ठरविली जाते.

दक्षिण आफ्रिका, रशिया, अमेरिका, भारत या देशांमधील काही प्रदेशांतील भूगर्भातील खोल-खोल खाणींमध्ये नैसर्गिक अवस्थेमधील हिरे सापडतात. दगडांच्या खोलवरच्या भागात हिरे वेगवेगळ्या आकारांत रुतलेले असतात. त्या हिऱ्यांना शोधून काढणे, अगदी हळुवारपणे अलगद वेगळे करणे, स्वच्छ करून त्यांच्या पैलूंची तपासणी करणे हे सर्व खर्चिक, वेळकाढूपणाचे काम ठरते. जगातील बहुतेक हिऱ्याच्या खाणी आठ ते दहा कि. मी. इतक्या खोलवर गेलेल्या आहेत.

अशा खोलवरच्या भूप्रदेशात खाण कामगार पाठविणे, त्यांच्याकडून कृत्रिम प्राणवायूच्या पुरवठ्यामार्फत कार्य करून घेणे आणि हिऱ्यांना ताब्यात घेणे– हे अत्यंत जोखमीचे कार्य ठरते. खोलवरच्या खाणीत अपघात झाल्यास त्या कामगारांना द्यावी लागणारी नुकसानभरपाई ही एक अत्यंत त्रासदायक समस्या आहे.

भूगर्भतज्ज्ञांच्या अंदाजानुसार पृथ्वीच्या पृष्ठभागांपासून दोनशे ते अडीचशे कि.मी. खोल अंतरावर हिऱ्यांचे प्रमाण भरपूर आहे. परंतु, तेथपर्यंत पोहोचायचे कसे? तेथील तापमान चार हजार अंश सेल्सिअसपर्यंत असल्याने कामगारांनी जिवंत कसे राहायचे? अशा अनेक प्रश्नांमुळेच नैसर्गिक हिऱ्यांचा पुरवठा दिवसेंदिवस कमी-कमी होत आहे.

हिऱ्यांना जगाच्या पाठीवर कोठेही असणारी सततची मागणी यामुळे किमतीबद्दल तसे कोणतेही निश्चित नियम नाहीत. कृत्रिम प्रकारांनी हिरे निर्माण करावेत, हा विचार गेली पन्नास-साठ वर्षे उद्योजकांच्या मनात घोळत होता. डी' बिअर्स ही जगातील हिऱ्यांचा व्यापार करणारी कंपनीने गेली एकशेवीस वर्षे प्रथम क्रमांकाने अग्रहक्क प्रस्थापित केलेला आहे. अपोलो डायमंड, कार्टेल, जेमेसिस इत्यादी कंपन्या हिऱ्यांच्या व्यापारात पृथ्वीवर नामांकित झालेल्या आहेत.

अब्जावधी डॉलर्सचे व्यवहार करणाऱ्या या कंपन्यांमधील नैसर्गिक पैलूदार, पैलू नसलेले हिरे बेल्जियममधील अँटवर्प येथील बाजारपेठेत विक्रीपूर्वी जातात. तेथील तज्ज्ञांमार्फत हिऱ्यांची प्रतवारी करणे, त्यांच्या किंमती ठरविणे इत्यादी महत्त्वाची कार्ये तेथे केली जातात.

अलीकडच्या बदलत्या वैज्ञानिक तांत्रिक युगात हिऱ्यांपासून अर्धविद्युतवाहक (सेमी-कंडक्टर्स) हे भाग बनविले जातात. सेमी-कंडक्टर्सचा वापर उपग्रह, रॉकेट्स, संदेशयंत्रणा, कॅमेरे, अत्यंत महत्त्वाची यंत्रे यांमध्ये मोठ्या प्रमाणात करण्यास सुरुवात झालेली आहे. हिऱ्यांपासून हा आधुनिक उपयोग म्हणजे एक नवे आव्हान निर्माण झालेले आहे. या पार्श्वभूमीवर डी' बिअर्स ह्या हिऱ्याच्या जागतिक कंपनीचे अतिप्रचंड वर्चस्व आहे. खऱ्या अर्थाने नैसर्गिक हिऱ्यांचा जागतिक व्यापार डी' बिअर्सच्या हुकमतीनुसार चालतो, हे सत्य आहे.

याला कलाटणी मिळाली ती १९९५ मध्ये. कार्टर कुर्क नावाचा सत्तर वर्षांचा तरुण याला कारणीभूत आहे. अमेरिकन पायदळात त्याने तीस वर्षे सेवा करून जगाच्या अनेक भागांत मर्दुमकी गाजविली होती. डी' बिअर्स कंपनीकडे जागतिक हिऱ्यांच्या व्यापाराचे सर्वाधिकार आहेत याची त्याला जबरदस्त खंत

होती. क्युबिक झिर्कोनियमपासून कृत्रिम हिरे तयार करता येतील, याबद्दल त्याला आत्मविश्वास होता.

रशियामध्ये काही तंत्रज्ञांनी कृत्रिम हिरे तयार करण्याच्या कृतीत भरपूर यश मिळविले आहे, अशा प्रकारची कुणकुण त्याच्या कानांवर होती. कार्टरने १९९४ पासून डिपार्टमेंटल स्टोअर्समधील महागड्या कपड्यांच्या होणाऱ्या चोऱ्यांविरुद्ध लहान शोधक यंत्रे तयार करण्यात यश मिळविले. त्यात त्याला भरपूर फायदाही झाला. फायद्याची रक्कम त्याने 'सिक्युरिटी टॅग सिस्टीम कॉर्पोरेशन'मध्ये गुंतविली.

कार्टर १९९५च्या ऑक्टोबर महिन्यात रशियाला पोहोचला. संरक्षण खात्यात असताना त्याचा परिचय युरी सिमेनोव्ह नावाच्या शास्त्रज्ञाशी झाला होता. युरीशी चर्चा करताना कृत्रिम हिऱ्यांच्या निर्मितीचा विषय निघाला. नैसर्गिक हिरा तयार होण्यासाठी जमिनीखाली सुमारे दीडशे कि.मी. खोलवर असणाऱ्या प्रचंड दाबाचा उपयोग आवश्यक होता. तो दाब निर्माण करण्यासाठी चार हजार किलोग्रॅम वजनाच्या यंत्रावर पाणी, वीज यांचा वापर करून झिर्कोनियमपासून हिरा तयार करण्याचे प्रात्यक्षिकही कार्टरने पाहून घेतले. यापूर्वी अमेरिकेतील विश्वविख्यात जनरल इलेक्ट्रिकल कंपनी यात प्रयत्नशील होती.

कार्टरला या प्रयत्नातील पुढचा टप्पा उमगला. कृत्रिम हिऱ्यांची निर्मिती शक्य असल्याचे निश्चित झाले. त्याने निकोलाय पोल्यूशीन, निकोलस पॅट्रोन या रशियन तज्ज्ञांच्या मार्गदर्शनाखाली दहा-बारा रशियन कामगार घेऊन फ्लोरिडामध्ये कृत्रिम हिऱ्यांच्या निर्मितीला सुरुवातही केली. विविध आकारांचे जास्तीत जास्त पैलू असणारे हिरे तयार होऊन लंडनच्या बाजारपेठेत प्रथम दाखल होण्यास सुरुवात झाली. हिऱ्यांची प्रतवारी करण्यासाठी ते अँटवर्प येथील तज्ज्ञांच्या प्रयोगशाळेत समाविष्ट होऊ लागले. कृत्रिम हिरे तंतोतंत नैसर्गिक हिऱ्यांप्रमाणे दिसत असून, त्यांची प्रतवारी दर्जेदार आहे, असा निर्वाळा संशोधकांनी दिला.

हिऱ्यांच्या पैलूदारपणातील तज्ज्ञ डॉ. हुसेनी मूळ इराणमधील. परंतु अमेरिकेत स्थायिक होऊन फ्लोरिडा विद्यापीठामधील विभागातर्फे हिऱ्यांच्या कृत्रिम निर्मितीला हातभार लावण्यासाठी, कॉम्प्युटर वापरण्यास त्याने सुरुवात केली. या सर्वांमुळे कृत्रिम हिरे नैसर्गिक हिऱ्यांच्या तोडीस तोड उतरू लागले. या सर्व सुधारणा डी' बिअर्सचा प्रकल्प अधिकारी जेम्स इव्हॉन्सला समजल्याने ती निर्मिती पाहून त्याने सखेद आश्चर्य व्यक्त केले.

डी' बिअर्स कंपनीने वेळीच जागे होऊन आपले स्थान पक्के करण्यासाठी

नैसर्गिक हिरेनिर्मिती आणि विक्री यांची संघटना प्रस्थापित केली. कार्टरने त्याला प्रत्युत्तर म्हणून कृत्रिम हिरेनिर्मिती करणाऱ्यांची संघटना उभारली. कृत्रिम आणि नैसर्गिक हिरे यांच्यात वेगळ्याच प्रकारचे भांडण उभे राहिले. एकमेकांच्या पोटावर पाय येणार अशी भविष्यचिन्हे साकारू लागली. अब्जावधी डॉलर्सच्या उलाढालीमध्ये हे दोन्ही संघ एकमेकांना आव्हान करू लागले.

कोर्टकचेऱ्यांची भाषा बोलली जाऊ लागली. बाजारपेठेतही त्याची चर्चा जोरजोराने होऊ लागली. यातून मार्ग काढण्यासाठी दोन्ही गटांतील अधिकाऱ्यांच्या गुप्त बैठका होऊ लागल्या. काही तरी योग्य निर्णय घेणे दोन्ही बाजूंच्या गटांना आवश्यक होते. सामान्य गिऱ्हाइकाची या वादामधून फसवणूक होऊ नये, यासाठी सर्व काळजी घेण्याचे पथ्य दोन्ही गटांनी पाळले. आपापसात तडजोड होऊन कृत्रिम हिऱ्यांच्या किमती नैसर्गिक हिऱ्यांपेक्षा पंधरा ते वीस टक्क्यांनी कमी असाव्यात, कृत्रिम हिऱ्यांवर लेबल लावले जावे, अशा प्रकारचा समझोता करण्यात आला. सेमी-कंडक्टर्स म्हणून फक्त कृत्रिम हिऱ्यांचा वापर करण्यात यावा, यावर एकमत झाले. त्यापासून मायक्रोचिप्सची निर्मिती करण्याचे नवे तंत्र १९९८ पासून सुरू झाले.

आता जागतिक हिऱ्यांच्या बाजारपेठेत कृत्रिम हिऱ्यांची सरासरीने चोवीस कोटी डॉलर्स, नैसर्गिक हिऱ्यांची वीस कोटी डॉलर्सची विक्री रोज होत आहे.

-*-*-*-

७. बाळांची काळजी ई-मेलमार्फत

संगणक, ई-मेल, मोबाईल यांच्या वापरात आता विलक्षण वेगाने क्रांती घडत आहे. दैनंदिन जीवनात अत्यंत उपयुक्त ठरणारे आणि सर्वसामान्यांना हाताळता येतील, मदत करतील अशा स्वरूपाचे नवनवीन शोध लागत आहेत. दोन-तीन वर्षांची मुले-मुली आता टीव्हीचे चॅनल्स बदलणे, संगणकामार्फत मनोरंजक खेळ खेळणे, बिनधास्तपणे करू शकतात. एका पाहणीनुसार सीनिअर केजीतील (वयोगट ३ ते ५ वर्षे) विद्यार्थी सलगतेने दोन-तीन तास न कंटाळता संगणक सहजपणे वापरू शकतात.

धावपळीच्या युगात आई-वडील दोघेही जास्त वेळ मुलांसाठी देऊ शकत नाहीत, ही वस्तुस्थिती नकळत स्वीकारलेली आहे. पाश्चात्त्य राष्ट्रांमधील सर्वसाधारण कुटुंबात घरातील एक खोली लहान मुलांच्या संगणक वापरासाठी, इलेक्ट्रॉनिक्स खेळण्यांसाठी, मनोरंजनासाठी आरक्षित असतेच. बदलत्या परिस्थितीनुसार संशोधकांनी अगदी नवजात बालकांपासून एक-दीड वर्षाच्या

बाळांपर्यंत लक्ष ठेवण्यासाठी इलेक्ट्रॉनिक्स यंत्रणा कार्यान्वित करण्यात यश मिळविले आहे. नवजात बालकाकडे योग्य तेव्हाच लक्ष द्यायचे, त्याची शारीरिक स्वच्छता करावयाची, त्याच्या लहानसहान अडचणी दूर करावयाच्या आणि आपापल्या वैयक्तिक कामात व्यग्र राहावयाचे, फारसा वेळ वाया घालवायचा नाही– अशी भूमिका आता पाश्चात्त्य जगतात साकारत आहे. बालकांची वाढ व निगा यावर संशोधन करणाऱ्या ब्रिटनमधील डॉक्टर्स आणि तंत्रज्ञांनी बालकाच्या नैसर्गिक क्रिया - शी-शू करण्याच्या संदर्भात 'नॅपी चेंजिग'चा शोध लावला आहे. यातील नॅपीमध्ये खास तंतू विणून धागे तयार केलेले असतात. त्याच्यामार्फत त्वचेत निर्माण होणारे घर्षणजन्य विद्युत संदेश प्रवाह शोषले जातात. जेव्हा त्वचा मल-मूत्रामुळे ओलसर बनते, तेव्हा संदेश जास्त शक्तिवान होतात. त्या विद्युत संदेशांमार्फत पर्सनल कॉम्प्युटरपर्यंत ई-मेल किंवा टेक्स्ट मेसेज कार्यान्वित होतो. आई-वडिलांनी बालकाची नॅपी बदलण्याचा संदेश व्यवस्थितपणे पोहोचतो. नॅपी बदलण्याची क्रिया करता येते. अशा प्रकारच्या यंत्रणेत जास्त सुधारणा करून बालकाच्या नाडीचा वेग, रक्तदाब आणि हृदयस्पंदन यांचीसुद्धा नोंद करता येते. त्यांतील बदलांनुसार बालकाची मानसिक-शारीरिक स्थिती, रडण्याचे कारण, अस्वस्थता आणि ठीक प्रकृती याची माहिती अप्रत्यक्षपणे डॉक्टरांना, आई-वडिलांना उपलब्ध होऊ शकते. जन्माला आल्यानंतर केवळ तीन-चार मिनिटांत इलेक्ट्रॉनिक्स यंत्रणेमार्फत बालकाच्या शारीरिक स्थितीची इत्थंभूत कल्पना डॉक्टरांना मिळण्याचे दिवस आता फार दूर नाहीत, असा विश्वास शास्त्रज्ञांनी प्रकट केला आहे.

-*-*-*-

८. रशियन केसांचा व्यवसाय

अलाहाबाद, हृषीकेश, तिरुपती बालाजी अशा काही धार्मिक ठिकाणी गेल्यास शेकडोंच्या संख्येने मुंडन केलेल्या व्यक्ती दिसतात. अनेक ठिकाणी न्हावी (नाभिक) लोकांच्या रांगा दिसतात आणि त्यांच्या भोवताली जमलेल्या काळ्या केसांचे ढीग. ते आश्चर्यचकित प्रकाराने एकत्रित करून पोत्यात भरण्याचे काम अव्याहतपणे सुरू असते. पितरांचे श्राद्ध, काही धार्मिक विधी या निमित्ताने वर उल्लेख केलेल्या तीर्थक्षेत्री रोज शेकडो किलो वजनाचे मानवी केस एकत्रित केले जातात. केसांची वर्गवारी करण्यात येते. त्यापासून वेगवेगळ्या प्रकारांचे ब्रश, झाडू, टोप तयार करण्याचा व्यवसाय जोरात सुरू असतो.

याच धर्तीवर मध्य रशियातील मोसाल्स्क नावाच्या खेड्यात खास रशियन रुपेरी-सोनेरी रंगाच्या मानवी केसांचा व्यवसाय लक्षावधी डॉलर्सची उलाढाल रोज करीत असतो. रशियन महिलांचे केस निसर्गत:च मुलायम, मजबूत, नाजूक आणि लांबसडक असतात. मोसाल्स्क खेड्यात अलिसा कुझनेस्तोव्हा या महिलेने २००८ मध्ये महिलांसाठी 'ब्युटी पार्लर' काढले. त्या ब्युटी पार्लरमध्ये काही अमेरिकन पर्यटक महिला भेटीला आल्या. त्यांना रशियन सोनेरी केसांनी विशेष भुरळ घातली. रशियन सोनेरी केस वापरून त्यापासून पोनिटेल तयार करण्याची त्यांनी ऑर्डर दिली. अलिसाने रशियन सोनेरी केस वापरून मोठ्या श्रमाने, आकर्षक पद्धतीने टोप कम् पोनिटेल तयार करून दिली. त्या प्रत्येक टोपाची किंमत ३०० डॉलर्स प्रमाणे अमेरिकन श्रीमंत महिलांनी आनंदाने दिली.

अमेरिकन महिला अमेरिकेला परतल्यानंतर त्यांनी 'अमेरिकन सलून अँड ब्युटी पार्लर संस्थे'मार्फत पुनश्च संपर्क साधला. अलिसाला चक्क १०० टोपांची ऑर्डर त्यांच्याकडून मिळाली. कंपनीमार्फत त्या खेड्याच्या परिसरात मॉस्को आणि सेंट पीटसबर्ग शहरांच्या भागातून जाहिरात देऊन रशियन महिलांचे रुपेरी, सोनेरी केस मोठ्या प्रमाणावर विकत घेण्यास सुरुवात केली. रशियातील बहुसंख्य खेड्यांतील महिला आर्थिक दृष्ट्या मागास आहेत. त्यामुळे सुमारे दीड लाख रशियन महिला आपल्या किमती केसांची विक्री करू लागल्या आहेत. किव्ह युक्रेन येथे 'हेअर कलेक्शन सेंटर्स'ची लक्षणीय वाढ झाली आहे. काही नैसर्गिक तेलांच्या वापराने केसांची वाढ वेगाने करण्यासाठी प्रयोग सुरू झाले आहेत. १० ते ४० सेंटिमीटर लांबीच्या सोनेरी केसांच्या वेणीला ७५ डॉलर्स ते १०० डॉलर्स मिळतात.

-*-*-*-

९. हेलिपोर्ट : आधुनिक वाहतूकव्यवस्था

वाढती लोकसंख्या आणि धक्कादायक श्रेणीने वाढणाऱ्या वाहनांमुळे अनेकविध स्वरूपाच्या वाहतूकसमस्या निर्माण होत आहेत. विशेषकरून युरोप-अमेरिकेत आणि प्रगतिशील राष्ट्रांमध्ये रस्त्यांचा उत्कृष्ट दर्जा, सुव्यवस्थित वाहतूक, नियमबद्ध चालक इत्यादी असूनही 'ट्रॅफिक जॅम' हा प्रकार वारंवार घडतो. वेळेचे काटेकोर महत्त्व आणि निकड यामुळे उच्च दर्जाचे अधिकारी, व्यावसायिक यांना जवळच्या ठिकाणी जाण्यासाठी हवाई मार्गाचा अवलंब करावा लागतो. प्रगत देशातील शहरी भागात मोटारींची जागा हेलिकॉप्टर्सने घेण्यास आता मोठ्या प्रमाणावर सुरुवात झाली आहे.

इगॉर सिस्कोरस्की या शास्त्रज्ञाने सुमारे पन्नास वर्षांपूर्वी जमिनीवरून लंबातरांत किंवा काटकोनाच्या दिशेने सरळ उड्डाण करू शकेल अशा प्रकारच्या

हेलिकॉप्टर्सचा शोध लावला. या शोधामुळे अत्यंत दाट लोकवस्तीच्या शहरांमध्ये वाहतुकीच्या बाबतीत आमूलाग्र क्रांती झाली. उत्तुंग इमारतींच्या गच्चीवर हेलिकॉप्टरद्वारे उतरून कामाला जाण्याची सोय झाली. वाहतुकीच्या वाढत्या प्रमाणाने अशा प्रकारच्या हवाई वाहतुकीत अडथळे जाणवू लागले आहेत. जमीन अथवा उत्तुंग इमारतींची चणचण भासू लागली आहे. वेळेची बचत करण्याची नितांत जरुरी आहे.

पुढील दोन-तीन दशकांत– विशेषकरून न्यूयॉर्क, वॉशिंग्टन, लंडन, टोकियो इत्यादी महानगरांत वाहतुकीच्या समस्या लक्षात घेऊन जलपृष्ठभागांचा वापर करण्याची पद्धत सुरू होणार आहे. अशा नाविन्यपूर्ण स्वरूपाच्या विमान-थांब्यांना 'वॉटरसाईड व्हर्टिपोर्ट्स' या नावाने संबोधले जाते.

न्यूयॉर्क महानगरात दर सेकंदाला पाच ते सहा हेलिकॉप्टर्सचे उड्डाण होते. त्यामुळे विमानतळांवर समस्या निर्माण होतात. त्याऐवजी न्यूयॉर्कच्या दोन बाजूंना असणारा सागराचा भाग आणि ईस्ट रिव्हर, मॅनहटन रिव्हर यांच्या परिसरात 'हेलिपोर्ट' निर्माण करण्यात येत आहेत.

प्लॅस्टिक, ग्लास फायबर, सिमेंट यांचा वापर करून साधारणत: पाच हजार चौरस फूट क्षेत्रफळाचा वर्तुळाकार हेलिपॅड तयार केला जाईल. तो भाग जमिनीशी रस्त्यांमार्फत जोडलेला असेल. हेलिपॅडवर उतरल्यानंतर मोटारीने प्रवास सहजपणे सुरू करता येईल. काही हेलिकॉप्टर्स 'अँफिबिअन' प्रकारची असतील. हेलिपॅडवर उतरल्यानंतर त्यांच्या बाजूला पंख तयार होतील. ते वल्ह्यांसारखे कार्य करून पाण्याच्या पृष्ठभागावरून बोटीप्रमाणे प्रवास करू शकतील.

न्यूयॉर्कमधील मॅनहटन म्हणजे उत्तुंग इमारतींचा जगातील सर्वांत मोठा भाग. तेथे असणाऱ्या व्यावसायिक कार्यालयात दर सेकंदाला अक्षरश: लक्षावधी रुपयांचे व्यवहार होतात. तेथे ये-जा करण्यात सरासरीने वीस ते पंचवीस मिनिटांची बचत होऊ शकेल, असा अंदाज आहे. तेवढ्या वेळात कोट्यवधी रुपयांची उलाढाल होऊ शकेल! खासगी स्वरूपात ये-जा करणाऱ्या हेलिकॉप्टर्सना आणि धनाढ्य उद्योगपतींना या व्यवस्थेचा भरपूर फायदा होणार आहे.

वाहतुकीच्या सोईबरोबर इंधनामार्फत निर्माण होणारे प्रदूषण, वाहनांमार्फत होणारे ध्वनिप्रदूषण या सर्वांवर नियंत्रण राहू शकेल. डेव्हिड लावरन्स या वाहतूकतज्ज्ञाने सादर केलेल्या अहवालानुसार वेळ, इंधन, श्रम या सर्व स्तरांवर या नावीन्यपूर्ण वाहतूकव्यवस्थेचा फायदा होणार आहे.

-*-*-*-

१०. निद्रानाशावर हमखास उपाय : कोको मॅट

जगातील सुमारे १३० कोट्यवधी व्यक्ती अपुर्‍या, अयोग्य निद्रेच्या व्याधीने पछाडलेल्या आहेत. विशिष्ट मुरलेला कायमस्वरूपी आजार, उच्च रक्तदाब, अन्नग्रहणाच्या चुकीच्या सवयी किंवा अन्नाचा अयोग्य पुरवठा, मानसिक दुर्बलता आणि न्यूनगंड, अदृश्य भीती इत्यादी अनेक कारणांमुळे मेंदूतील निद्राकेंद्र योग्य प्रकारे कार्य करीत नाही. यामुळे अर्थातच अयोग्य प्रमाणात झोप– म्हणजेच निद्रानाश - इन्सोमनिया याने व्यक्ती ग्रस्त होते.

कृत्रिम रीतीने निद्रा येण्यासाठी झोपेच्या गोळ्या (पिल्स) घेणे, एवढाच उपाय शिल्लक उरतो. पिल्स सातत्याने घेतल्याने शरीराला घातक अशा सवयी नकळत जडतात. परिणामत:वेगवेगळ्या प्रकारचे कर्करोग जडतात, शरीराची रोगप्रतिकार शक्ती क्षीण होत जाऊन मृत्यूही येतो. पृथ्वीवर स्लीपिंग पिल्समार्फत प्रतिवर्षी सुमारे सहाशे कोटी रुपयांची उलाढाल घडून येत आहे. जगातील सुमारे

वीस टक्के व्यक्ती निद्रानाशामुळे व्यथित आहेत.

इन्सोमनिया क्लिनिक्समध्ये झोपण्यापूर्वी मसाज करणे, फळांचे वा सहज पचणाऱ्या पदार्थांचे सेवन करणे, सभोवताली मंद संगीत, पांढऱ्या रंगाची रंगसंगती यांसारखे उपाय उपयुक्त ठरतात. वेगवेगळ्या कंपन्यांनी खास तंत्रज्ञान वापरून विविध आकारांच्या उशा (पिलो) तयार केल्या आहेत. त्यांना ललबी, सॅटिन, ब्यूटी, स्विडिश मेमरी, बकव्ही अशा नावांनी ओळखले जाते. त्या उशांमध्ये थोड्या प्रमाणात स्प्रिंग, कापूस, कापड यांचा वापर केलेला असतो. डोके आणि मान याच्या वजनाचे प्रमाण ओळखून त्यामध्ये खोलगटपणा तयार होईल, कानात शांतपणे अगदी सौम्य मंद संगीत ऐकू येईल अशा प्रकारची सोय असते. या प्रकारच्या उशांची किंमत साधारणत: चारशे ते पाचशे डॉलर्स इतकी असते. तीन ते पाच वर्षांची बालके, सहा ते पंधरा वर्षांपर्यंतची मुले-मुली, प्रौढ आणि वृद्ध व्यक्ती अशा प्रकारच्या वयोगटांप्रमाणे उशांची रचना वेगवेगळी असते.

निद्रारोगतज्ज्ञ डॉ. विल्यम डिमांट, प्रा. जेन केंट ब्राऊन आणि इतर काही संशोधकांनी मिळून निद्रानाशाने पछाडलेल्या सर्व वयोगटांतील व्यक्तींसाठी नवा उपाय शोधून काढला आहे. त्यांच्या संशोधक पथकाने ग्रीसमधून कोको मॅट नावाच्या वेगळ्या नव्या प्रकारच्या गाद्यांची निर्मिती सुरू केली आहे. ग्रीसमध्ये सापडणारे ठरावीक सागरी शैवाल, घोड्यांचे केस, लोकर, नारळीच्या पानांतील तंतू आणि अत्यंत थोड्या प्रमाणात कापडाच्या चिंध्या यांच्यापासून तयार केलेल्या आरामदायी गाद्यांना 'कोको मॅट' या नावाने २०१० मध्ये बाजारात आणले.

प्रायोगिक तत्त्वावर वेगवेगळ्या वयोगटांतील शंभर व्यक्तींची कोको मॅटसाठी निवड करण्यात आली. त्यांना निद्रानाशाचा विकार अनेक प्रकारे त्रस्त करीत होता. त्या गाद्यांवर पहुडल्यानंतर ६२ टक्के व्यक्तींना, व्याधिग्रस्तांना शांतपणे झोप येऊ लागली. त्या गादीवरून झोपून उठल्यानंतर ते खूप प्रमाणात तरतरीत असल्याचे आढळले. कोको मॅटच्या प्रायोगिक यशानंतर आता बारा देशांमध्ये या वेगळ्या प्रकारच्या गादीचा प्रसार मोठ्या प्रमाणात झाला आहे. आरामदायी निश्चित झोप येऊ शकेल, अशा कोको मॅटची किंमत मात्र पंचवीस ते सत्तावीस हजार डॉलर्स इतकी आहे. या गाद्यांचा उपयोग मोठ्या शहरांतील सधन व्यक्तींना जास्त प्रमाणात होत आहे.

-*-*-*-

११. वैमानिकाचे प्राण वाचविण्यासाठी

साधारणत: दुसऱ्या महायुद्धाच्या समाप्तीनंतर विमानविद्येत विलक्षण वेगाने प्रगती होऊ लागली. वाहतूक करणारी प्रचंड आकाराची मालवाहू विमाने, प्रवासी विमाने आणि ध्वनीपेक्षा जास्त वेगाने झेपावणारी लढाऊ विमाने यांसारखे विमानांचे तीन प्रकार अस्तित्वात आले. बोइंग स्कायस्टार, राईट एअर डेव्हलपमेंट सेंटर, डग्लस मॅकेनॉन डिपार्टमेंट एअरबस यांसारख्या जागतिक दर्जाच्या नामवंत संस्था अनेकविध स्वरूपाचे संशोधन करून नवनवीन संकल्पना अस्तित्वात आणू लागल्या.

विशेषकरून विमानदलातील लढाऊ विमानांच्या उड्डाणांत अपघातांचे किंवा वैमानिकांचे प्राण जाण्याचे प्रमाण जास्त असते. ध्वनीपेक्षा जास्त वेगाने झेपावणारी फायटर्स, बॉंबर्स प्रकारची विमाने अक्षरश: आकाशाला चिरत क्षणाक्षणाला मृत्यूशी झुंज देत असतात. मिग, सुखोई यांसारख्या लढाऊ विमानांमध्ये जास्तीत जास्त दोन वैमानिक एका मागोमाग बसतात. त्या विमानांची लांबी तीस-पस्तीस फूट असते. तासाला आठशे ते हजार किमी वेगाने आणि पाच-सहा हजार फूट

उंचीवरून वीज कडाडल्यासारखी ध्वनिनिर्मिती करीत ही विमाने दृष्टिआड होतात.

ऑटोमॅटिक कंट्रोलच्या साह्याने विमानातून बाँब फेकणे, फायरिंग करणे आणि शत्रूच्या प्रदेशांतून सुरक्षितपणे दूर झेपावणे यांसारखे फ्लाइंग करण्यात वैमानिकाचे कौशल्य असते. साधारणत: पन्नास ते पंचावन्न मिनिटे उड्डाण करून आपले कार्य उरकणाऱ्या प्रकाराला विमानदलाच्या पारिभाषिक भाषेत 'सॉर्टी' म्हणतात. नकाशाच्या साह्याने शत्रूच्या एखाद्या महत्त्वाच्या केंद्रावर अचूक बाँबफेक करणे, शत्रूच्या रडारवर धूळफेक करून नेम साधणे, विमानविरोधी तोफांचा मारा चुकवत आपले कार्य अचूकपणे, कमीत कमी वेळात उरकणे यामध्ये वैमानिकाचे कौशल्य पणाला लागते.

अशा स्वरूपाच्या यशस्वी हल्ल्यांची संख्या जास्त असणे, हे कोणत्याही नामवंत विमानदलाचे प्राथमिक लक्षण असते. या प्रकारच्या हल्ल्यात अपघातांचे प्रमाण, वैमानिकांचे प्रशिक्षण आणि त्याची वृद्धिंगत होणारी क्षमता यासाठी कोट्यवधी रुपयांचा खर्च असतो.

मालवाहू किंवा मोठ्या आकाराच्या प्रवासी विमानांमध्ये अपघातांचे प्रमाण खूप कमी असते. समजा– एखाद्या प्रसंगी विमान अपघातात सापडल्यास अनुभवी पायलट आपले कौशल्य पणाला लावून विमान धावपट्टीवर सुरक्षितपणे उतरवू शकतो. यालाच 'इर्मजन्सी लँडिंग' असे संबोधतात.

परंतु लढाऊ विमानांचा वेग, त्यांच्यात असलेले इंधन, विमानाला झालेला आघात आणि वैमानिकाचे प्राण वाचण्यासाठीचा अत्यल्प वेळ यांचा ताळमेळ अचूकपणे साधावा लागतो. अशा वेळी आपल्या सीटसह वैमानिक विमानाबाहेर फेकला जाणे आणि प्राण वाचणे, याला 'इजेक्शन सीट' प्रकार म्हणतात.

दुसऱ्या महायुद्धातील एक निष्णात वैमानिक कॅप्टन ऑडी मर्फी याने वैमानिकाचे प्राण वाचविण्याची प्रणाली तयार करण्यात यश मिळविले. निवृत्ती घेतल्यानंतर मर्फीने ओहिओ येथील राईट एअर डेव्हलपमेंट सेंटर नावाच्या कंपनीत संचालक म्हणून कामाला सुरुवात केली. त्याच्या समवेत जॉन पॉल स्टॉप क्लिफोर्ड वाँग, जॉर्ज निकोल्स आदी तंत्रज्ञांनी निर्मितिप्रक्रियेत भाग घेतला.

प्रथम त्यांनी ॲक्सिलोमीटरची निर्मिती केली. गुरुत्वाकर्षण शक्तीविरुद्ध पृथ्वीपासून आकाशाकडे झेपावणारी खुर्ची मॅकडोनल्ड डग्लस स्पेस सिस्टीम कारखान्यातून तयार करून घेतली. पायलटची खुर्ची दीड सेकंदात, ताशी एक हजार किमी वेगाने जमिनीवरून आकाशात फेकली जाईल, अशी यंत्रणा प्रस्थापित केली. खुर्चीत तीन प्रकारचे पट्टे वैमानिकाभोवती आवळलेले असल्याने त्याला

कोणत्याही प्रकारची इजा पोहोचत नाही. वैमानिकाच्या डोक्यावरील छत क्षणार्धात बाजूला होते आणि वैमानिक आकाशात खुर्चीसकट भिरकावला जातो. त्या दणक्याने वैमानिक विमानापासून साधारणत: चारशे ते पाचशे फूट उंचीवर जातो.

सर्वोच्च बिंदूवर गेल्यानंतर खुर्चीच्या मागील बाजूस असलेली हवाई छत्री उघडते आणि वैमानिक संथपणे तरंगू लागतो. हवाई छत्रीवर ताबा ठेवत वैमानिक हळूहळू जमिनीवर पोहोचतो आणि त्याचे प्राण वाचतात. अर्थात अशा प्रकारच्या इजेक्शन मूव्हमेंटमध्ये भरपूर सराव लागतो. ऑडी मर्फी याने या प्रकारच्या प्राण वाचविण्याच्या प्रयत्नामध्ये भरपूर संशोधन केले आणि अनेक प्रसंगांत लढाऊ वैमानिकांचे प्राण वाचू शकले आहेत. ऑडी मर्फीने दुसऱ्या महायुद्धाच्या पार्श्वभूमीवर काही चित्रपट काढले. त्यांत भूमिका केल्या. ते चित्रपट अतिशय लोकप्रिय ठरले.

-*-*-*-

१२. आता निर्मिती हायब्रीड साधनांची

इलेक्ट्रॉनिक्सच्या शास्त्रात झपाट्याने प्रगति आणि बदल घडून येत असतात. अत्यंत सूक्ष्मतम आकार, जबरदस्त क्षमता, नावीन्य आणि वापरण्यात सहजता अशा गुणांना वाढविण्यासाठी उपयुक्त साधनांची निर्मिती करण्याकडे संशोधकांनी लक्ष केंद्रित केलेले आहे. नोकिया, सॅमसंग, ॲपल, मायक्रोसॉफ्ट अशा जागतिक कंपन्यांमधील संशोधक नवनवीन निर्मिती करण्यात सदैव मग्न असतात.

कॅमेरा, मोबाईल, घड्याळ, प्रोसेसर्स यांसारख्या साहित्यांमध्ये जास्तीत

जास्त सुधारणा करण्याकडे संशोधकांचा कल आहे. आता केवळ स्पर्श (टचस्क्रीन) पद्धतीने या साहित्याचा वापर करण्याची पद्धत साकारली आहे.

स्मार्टफोन प्रकारच्या टेलिफोन्समध्ये आता अँड्रॉईड स्मार्टफोन लोकप्रिय आणि उपयुक्त ठरत आहेत. प्युअरव्ह्यू लुमिआ (लुमिआ २०१३) मध्ये कॅमेरा आणि मोबाईल यांचा दुहेरी फायदा सहजपणे उपलब्ध होतो. केवळ स्क्रीनला स्पर्श केल्याने कॅमेऱ्याच्या लेन्सचे कामही सहजपणे घडू शकते.

टचस्क्रीन, लॅपटॉप्स, कॉम्प्युटर्स यांची उपयुक्तता आणि वापरण्याची सुलभता मायक्रोसॉफ्ट, सॅमसंग अशा कंपन्यांनी नवनिर्मिती करून जबरदस्त स्वरूपात लोकप्रिय केली आहे. मॅचबुक एअर या प्रकारचे अल्ट्राबुक्स अतिशय उपयुक्त ठरत आहेत.

दररोज नवनवीन सुधारित साहित्यांच्या मॉडेल्सच्या निर्मितीत एकच समस्या जाणवते व ती म्हणजे, या उपकरणाच्या चार्जिंगची. आता सौरशक्तीवर किंवा केवळ हाताळण्यामुळे स्टॅटिक इलेक्ट्रिसिटी तंत्राचा वापर करून वायरलेस पद्धतीने चार्जिंग करण्याच्या तंत्राकडे झपाट्याने संशोधन सुरू आहे. शक्य झाल्यास सौरऊर्जेचा वापर करून चार्जिंग अस्तित्वात येऊ शकेल. पृष्ठीय तंत्रज्ञान (सरफेस टेक्नॉलॉजी) याचा वापर करून वायफाय मोबाईल, व्हायबर, गूगल, फेसबुक यांसारख्या कंपन्या विशेषकरून जपान, अमेरिका, जर्मनी, स्वीडन, फ्रान्स या देशांमध्ये प्रतिवर्षी नवनिर्मितीच्या स्पर्धेत हिरिरीने सहभागी होत आहेत.

-*-*-*-

१३. चलो दिलदार चलो, चाँद के पार चलो

अमेरिका या प्रगत देशाचे एक वैशिष्ट्य म्हणजे अत्यंत दर्जेदार संशोधन. तेथे शासकीय व खासगी स्वरूपातील व्यवसायांत खूप स्पर्धा असते. सर्वोत्तम निर्मिती करून भरपूर आर्थिक लाभही मिळवला जातो. मोठी आर्थिक गुंतवणूक, उच्च दर्जाचे संशोधक, वैज्ञानिक व तंत्रज्ञ एकत्र येऊन काळाच्या पुढे जाऊन भविष्याचा नावीन्यपूर्ण वेध घेत, प्रचंड नफा मिळवण्याची धडपड करणे, हे सर्व अमेरिकेच्या एकंदर तुफानी प्रगतीचे मर्म आहे.

मानवी जीवन अधिक सुखकारक व परिपूर्ण व्हावे, पृथ्वीवरील व अंतराळातील ज्ञात-अज्ञात क्षेत्रामधील आश्चर्ये शोधून काढावीत आणि त्याचा व्यावहारिक तसेच व्यावसायिक उपयोग करून घ्यावा –अशा विचारांचे बीज प्रत्येक विचारवंतामध्ये असते. अमेरिकेतील अनेक विद्यापीठे संशोधनावर मोठा खर्चही करतात. दर्जेदार

व नावीन्यपूर्ण उत्पादनांना अर्थातच जगभर बाजारपेठ उपलब्ध होते.

अंतराळ संशोधनात अमेरिकी सरकारचा प्रचंड निधी खर्च होऊ लागला होता. विशेष म्हणजे त्यानंतर गेल्या पंधरा वर्षांत अमेरिकी सरकारने अंतराळ संशोधनावरील आपला खर्च कमी केला. खासगी व्यवसाय करणाऱ्यांनी या संधीचा फायदा आपोआपच उठवला आहे. ज्याप्रमाणे संगणक, इलेक्ट्रॉनिक्स क्षेत्रात सिलिकॉन व्हॅली या नावाने ओळखली जाणारी जागतिक दर्जाची वसाहत उभी केली; त्याच स्वरूपात स्पेस एक्स्प्लोरेशन टेक्नॉलॉजी म्हणजेच स्पेसएक्स या खासगी कंपनीने आता व्यावसायिक दर्जाही प्राप्त केला आहे. लॉस एंजलिसपासून दीडशे कि.मी. अंतरावर कॅलिफोर्नियाच्या काहीशा वाळवंटी प्रदेशात मोजेव्हे 'एअर अँड स्पेस क्षेत्रात गेटवे टू स्पेस' नावाची खासगी अंतराळ संशोधन वसाहत आता नावारूपास आलेली आहे. नासा या शासकीय अंतराळ संशोधन संस्थेत अनुभव घेतलेले तंत्रज्ञ, वैज्ञानिक व संशोधक बाहेर पडून त्यांनी या खासगी व्यवसायाला भक्कम पायावर उभे केले आहे. स्टुअर्ड ओविट, जोएल स्कॉटकीन, मायक्रोसॉफ्टचे एक भागीदार-संस्थापक पॉल अॅलन, नॅथन ओकोनेक यांसारख्या अनेक नामवंतांनी या नववसाहतीच्या उभारणीस हातभार लावला आहे. डेव्हिड मॉस्टन यांच्या कंपनीने दर्जेदार अग्निबाणनिर्मितीची जबाबदारी उचलली आहे.

व्हर्जिन गॅलेक्टिक, एक्सकॉर, स्पेस अॅडव्हेंचर्स, स्पेस एक्स यांसारख्या नामवंत कंपन्यांनी एकत्रितपणे अब्जावधी डॉलर्सची गुंतवणूक केलेली आहे. मॉस्टन स्पेस कंपनीने टेस्ला मोटर्स, पेपाल इत्यादी कंपन्यांच्या सहकार्याने अंतराळात प्रवास करणारी कुपी, पृथ्वी प्रदक्षिणा करून परत ये-जा करता येईल अशा प्रकारचे फेरवापराचे अग्निबाण व विमानांची निर्मिती केली आहे. केवळ चार प्रवाशांना घेऊन अंतराळभ्रमण करता यावे यासाठी जेफ ग्रिसॉन यांची लायनक्स कंपनी धडाक्याने काम करीत आहे. पुढील पाच-सहा वर्षांत अंतराळाचा अभूतपूर्व प्रवास हौसेने करता येईल, त्यासाठी अनेक प्रकारे संशोधन तर सुरू आहेच, पण आर्थिक उलाढालही होत आहे. अँजेलिना जोली, ब्रॅड पीट, टॉम हॅंक्स, केटी पॅरी, अॅस्टॉन कुचर यांसारख्या चित्रपट तारे-तारकांनी अंतराळप्रवासासाठी आगाऊ बुकिंग केले आहे. त्या माध्यमातून लाखो डॉलर्सची उलाढाल होणार आहे. अनेक धनिकांनी संशोधनकार्यातही आपले डॉलर्स ओतले आहेत. फायरस्टार टेक्नॉलॉजिज या कंपनीने अग्निबाण (रॉकेट) इंधन निर्मिती व इतर उत्पादनांची जबाबदारी उचलली आहे. सध्या हायड्राझाईन नावाचे रसायन रॉकेट उड्डाणांसाठी

वापरले जाते, पण ते विषारी असल्याने त्याचे अनेक दुष्परिणाम होतात. त्यामुळे रॉकेटसाठी कमी विषारी इंधन तयार करण्यासाठी संशोधन सुरू आहे. बर्ट रूटन यांच्या स्केल कंपोझिटर्स कंपनीने प्रत्यक्ष अंतराळ भ्रमणात वापरल्या जाणाऱ्या अंतराळ यानाची निर्मिती करण्याची जबाबदारी उचलली आहे. रूटन यांनी तयार केलेल्या व्हॉएजर यानाने १९८६ मध्ये कोणत्याही इंधनाचा फेरवापर न करता पृथ्वीभोवती वीस कि.मी. अंतरावरून सातत्याने नऊ दिवस यशस्वी भ्रमण केले होते. व्यावसायिक अंतराळप्रवासाची ही स्वप्ने येत्या पाच-सहा वर्षात पूर्ण होतील. त्यानंतर दहा वर्षात मंगळावर पोहोचण्याची तमन्ना या मंडळींनी बाळगली आहे.

- * - * - * -

१४. बातम्यांच्या जगातील क्रांतिकारक शोध– टेलिकॉप्टर

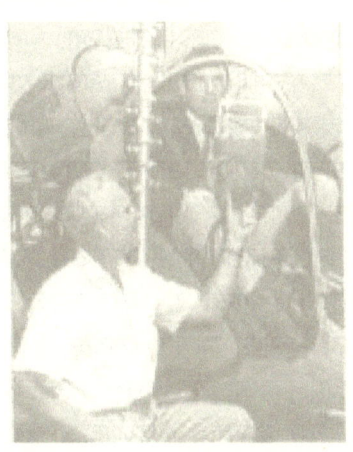

वृत्तपत्रे आणि त्यांमधील बातम्या हे एक अत्यंत घडामोडीचे, प्रचंड वेगाने येणाऱ्या नवनवीन बदलांचे, घटनांचे प्रवाही जग आहे. स्थानिक, प्रांतीय, राष्ट्रीय आणि आंतरराष्ट्रीय स्तरावर लहान-मोठ्या घटना सातत्याने घडत असतात. जास्तीत जास्त तातडीने त्या घटनांचे वृत्त वाचकांपर्यंत पोचविण्याची धडपड म्हणजे काळ, काम, वेग यांचे अफलातून मिश्रण असते. टेलिफोन, टेलिप्रिंटर यावरून वृत्तपत्राच्या कार्यालयात ठिकठिकाणाच्या बातमीदारांकडून बातम्यांचा ओघ सतत सुरू असतो. बातमीचे यथोचित संकलन करून आपल्या वृत्तपत्राच्या 'एडिशन'मध्ये त्या बातमीचा समावेश योग्यरीतीने होईल आणि ती बातमी वाचकांपर्यंत इतर वृत्तपत्रांपेक्षा लवकरात लवकर पोहोचेल यासाठी मोठी कार्यक्षम यंत्रणा आवश्यक असते. अमेरिका आणि काही प्रगत पाश्चिमात्य देशांमध्ये १९४९ पासून दूरचित्रवाणीचे आगमन झाले. प्रेक्षकांना घटना प्रत्यक्षपणे दिसू लागली आणि वृत्तपत्रीय क्षेत्रात वेगवान बदल घडू लागले. बातमीतील टवटवीतपणा

अतिशय गतीने साकारू लागला.

इलेक्ट्रॉनिक्स, इंजिनिअरिंग आणि बातम्यांचे संकलन व प्रसारण यांची अत्यंत सफाईदारपणे वाटचाल सुरू झाली. काही जागतिक दर्जाच्या वृत्तपत्रीय संस्थांनी तर पुढचे पाऊल धडाक्यात उचलले. एखादा अपघात, नैसर्गिक आपत्ती किंवा महत्त्वाचा समारंभ अशा ठिकाणी अद्ययावत सामग्री घेतलेला तज्ज्ञ वार्ताहर कम छायाचित्रकार त्याच्याकडील कॅमेऱ्याने घडामोडी टिपू लागला. त्या क्षणीच ती बातमी त्याच्या वृत्तपत्राच्या कार्यालयात पोहोचू लागली आणि सरळ छपाई विभागात प्रवेशून 'लेटेस्ट एडिशन'मध्ये समाविष्ट होऊ लागली. ही सर्व यंत्रणा खर्चिक असली, तरी त्याची उपयुक्तता चर्चेपलीकडील होती. वेग हा या घडामोडींमधील प्रमुख आणि अत्यावशक मुद्दा ठरला.

या क्षेत्रात वायुवेगाने बातमी मिळवून पाठविण्याचे प्राथमिक श्रेय जॉन डी सिल्व्हा या अमेरिकन टीव्ही इंजिनिअर आणि आघाडीच्या बातमीदाराकडे जाते. लॉस एंजलिस, कॅलिफोर्नियाच्या परिसरात वेगवेगळ्या प्रकारच्या आपत्ती, जागतिक दर्जाच्या हॉलिवुडमधील नट-नट्यांचे कार्यक्रम, राष्ट्रीय स्वरूपाचे समारंभ यांसारख्या अतिमहत्त्वाच्या घडामोडींचे त्याला विलक्षण आकर्षण असे. शक्य तेथे हेलिकॉप्टरने जाऊन बातमी मिळविण्याचा छंद जॉनने जोपासला. वेगवेगळ्या न्यूज चॅनल्सना सनसनाटी बातम्या अचूकपणे आणि अत्यंत जलदगतीने देण्यामध्ये त्याने नाव कमावले. हेलिकॉप्टरमध्येच टेलिव्हिजन कॅमेरा बसवून प्रत्यक्ष छायाचित्रण करण्याची कल्पना त्याला १९५८ च्या जानेवारी महिन्यात सुचली. बेल हेलिकॉप्टर कंपनीच्या तंत्रज्ञांशी चर्चा करून बेली-४७ हेलिकॉप्टरमध्ये जॉनने तब्बल दोन हजार पौंड वजनाचे साहित्य बसविले. त्यात कॅमेरा, ट्रान्समीटर इ. यंत्रणा होती. सुरुवातीला त्याने ही यंत्रणा वापरून हॉलिवुडच्या परिसरातील घटनांचे हवाई छायाचित्रण करण्यात सुरुवात केली. परंतु ती अवजड यंत्रणा, हेलिकॉप्टरच्या उड्डाणप्रक्रिया आणि जमिनीवर घडणाऱ्या घटना यांचा ताळमेळ साधता येईना. प्रयत्न करून त्या अवजड सामग्रीचे वजन त्याने ३७० पौंडांपर्यंत कमी केले.

शिल्लक राहिलेली यंत्रणा अतिशय कार्यक्षम ठरू लागली. तज्ज्ञ पायलट ते हेलिकॉप्टर सफाईदारपणे चालवू शकला. हेलिकॉप्टरची दिशा, कोन बदलून प्रसंगाचे छायाचित्रण अचूकपणे करू लागला. लॅरी शिअर नावाच्या तज्ज्ञ पायलटमार्फत त्याने बातम्या, घडामोडी प्रसारणाचा अगदी धडाका लावला. दर्जेदार कॅमेऱ्यामुळे जमिनीवर घडणाऱ्या असंख्य घडामोडींचे छायाचित्रण हजार ते बाराशे फूट उंचीवरून उत्कृष्टपणे साधता येऊ लागले. त्याच वेळी ते लाइव्ह

दिसण्याचे तंत्रज्ञान विकसित झाले आणि अमेरिकेतील न्यूज चॅनल्सवर १९६० पासून व्यवस्थितपणे प्रसारण धडू लागले. हॉलिवुडमधील अनेक प्रसंग, घटना, अमेरिकेतील दूरपर्यंत पसरलेल्या महामार्गांवरील अपघात, नैसर्गिक आपत्ती यांसारख्या घडामोडींचे त्या क्षणीच होणारे प्रसारण अतिशय लोकप्रिय ठरले. ग्रेगरी पेक, एलिझाबेथ टेलर, मर्लिन मन्रो यांसारख्या प्रसिद्ध नट-नट्यांच्या प्रत्यक्ष शूटिंगच्या वेळचे प्रसंग अत्यंत हिट ठरले. अशा अभूतपूर्व शोधाबद्दल जॉनला एमी पुरस्कार देऊन दोन वेळा सन्मानित करण्यात आले. ग्रेगरी पेकच्या अतिशय गाजलेल्या 'द बिग कंट्री' या सिनेमाचा पहिला शो १९५८ मध्ये ग्रेगरीने प्रत्यक्षपणे टेलिकॉप्टरमधून प्रसारित केला. लक्षावधी सिनेरसिकांनी ती घटना भान हरपून प्रत्यक्षपणे पाहिली.

शिअरने वापरलेले टेलिकॉप्टर १९७४ मध्ये लॉस एंजिलसमधील केनबीसी चॅनेलने तब्बल चार लाख डॉलर्सला खरेदी केल्याने जॉनला धक्का बसला. परंतु थोड्याच अवधीत त्याने फ्रान्सिस गॅरी पॉवर्स या पायलटमार्फत कार्याला पुनश्च सुरुवात केली. पॉवर्सने १९७२ मध्ये अमेरिकन बनावटीचे खास 'स्पाय प्लेन' वापरून ९५ हजार फुटांवरून रशियातील अण्वस्त्रे आणि रॉकेट्सचे छायाचित्रण केले आणि आपल्या उत्कृष्ट हेरगिरीने जगाला हादरा दिला होता. गॅरी पावर्सने १९७७ ते १९८४ पर्यंत कामगिरी सांभाळली होती. सांता बार्बरा प्रदेशातील प्रचंड वणव्याचे छायाचित्रण करून परत येताना पॉवर्सचे अपघाती निधन झाले. त्यात रशियाचा हात असावा. या बातमीने जगात खळबळ माजली होती.

-*-*-*-

१५. चार हजार वर्षांपूर्वीचा सांगाडा

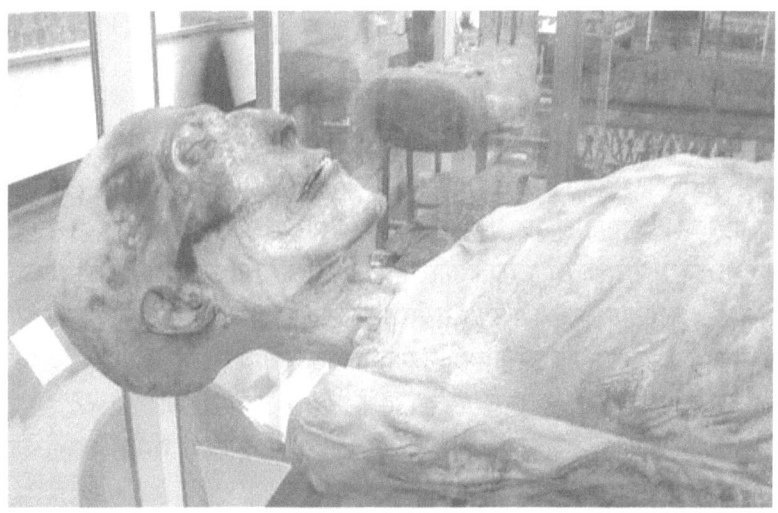

प्राण्यांचे किंवा माणसाचे मृतदेह जमिनीत गाडल्यानंतर त्याचे सांगाडे अचानकपणे सापडल्यास पुरातत्त्व संशोधकांना किंवा शरीरतज्ज्ञांना निश्चित उपयोग होतो. विशेषत: मानवाचा जुन्यातला जुना सांगाडा उपलब्ध झाल्यास संशोधकांना अनेक प्रकारची माहिती मिळवता येते.

१९९४ सप्टेंबरच्या दुसऱ्या सप्ताहात आल्प्स पर्वताच्या काही भागात कोनरॅड आणि स्पाइंडलर नावाचे दोन गिर्यारोहक भटकंतीसाठी गेले होते. त्या प्रदेशात त्यांची भटकंती दोन महिने सुरू होती. एव्हरेस्ट शिखरावर १९९५ मध्ये चढाई करण्याचे त्यांचे प्रयत्न सुरू झाले.

साधारणत: तेरा हजार फुटांवर त्यांनी तंबू ठोकला असताना त्यांना ब्राँझचा गिलावा केलेली एक कुऱ्हाड अचानकपणे आढळून आली. त्यांची

उत्सुकता जागृत झाली. त्यांनी त्या कुऱ्हाडीचे अवशेष इन्सब्रुक येथील संशोधन केंद्रात पाठवून दिले. तेथील तज्ज्ञांनी पाहणी करून ती कुऱ्हाड साधारणत: तीन हजार वर्षांपूर्वीची असावी, असे मत प्रकट केले.

पुरातत्त्व संशोधकांची उत्सुकता जागृत झाली आणि त्यांनी त्या परिसरांचे उत्खनन करण्याचे निश्चित केले. ठरावीक ठिकाणी भरपूर बर्फ खणून बाजूला टाकल्यानंतर त्यांना आश्चर्याचे धक्केच धक्के अनुभवावे लागले. प्रथम त्यांना धनुष्य आणि न वापरलेले सात-आठ बाण मिळाले. त्याचजवळ एक चाकू आणि दगडाचा फाळ मिळाला.

शास्त्रज्ञांची उत्सुकता वाढत गेली आणि त्यांनी उत्खनन नेटाने चालू ठेवले. दोन दिवसांत अत्यंत आश्चर्यकारक घटना घडून आली. सुमारे १६० सेंटिमीटर लांबीचा, हात-पाय व्यवस्थित असलेला, वरच्या जबड्यातील दात सुस्थितीत असलेला मानवाचा सांगाडा त्यांना सापडला. तो सांगाडा आणि इतरही साहित्य, वस्तू हेलिकॉप्टरमार्फत इन्सब्रुक विद्यापीठात पाठविण्यात आली. तेथे डॉ. पीटर वेल्स, रिचर्ड हायडलर आदी तज्ज्ञांनी त्या वस्तूंचे, सांगाड्याचे काळजीपूर्वक निरीक्षण केले. अत्याधुनिक कार्बन तंत्र वापरून सांगाड्याचे वय ठरविण्यात आले. तो सांगाडा किमान चार हजार वर्षांपूर्वीचा असून, पुरुषाचा आहे. त्याच्याजवळ सापडलेल्या वस्तूंमुळे शास्त्रज्ञांनी पुढील कयास निश्चित केला.

तो मानव इतक्या उंचीवरून कदाचित शेजारच्या पर्वतातील दूरच्या टोळीतील व्यक्तींना भेटण्यास जात असावा किंवा उंच प्रदेशात आढळणारे सोने, रंगीत दगड यांच्या संशोधनाच्या गडबडीत असावा. त्यातील काही मौल्यवान दगड साठवून ठेवण्यासाठी त्याने कातडी बॅग बरोबर घेतली असावी. हिंस्र श्वापदांपासून किंवा चोरट्यांपासून संरक्षण करण्यासाठी त्याच्याजवळ शस्त्रे असावीत. कदाचित हिंस्र प्राण्यांपासून बचाव करताना, आडोशाला थांबला असताना कडे कोसळल्याने ती व्यक्ती गाडली गेली असावी. बर्फाची शतकानुशतके सोबत, कोणत्याही प्रकारच्या जीवाणू-विषाणूंचा प्रादुर्भाव नसल्याने तो सांगाडा त्याच प्रकारे अबाधित राहिला असावा. त्या सांगाड्यातील दातांची ठेवण, जठराची ठेवण अभ्यासून ती व्यक्ती मिश्राहार करीत असावी, असाही अंदाज शास्त्रज्ञांनी व्यक्त केला आहे.

इन्सब्रुक विद्यापीठ आणि अमेरिकेतील मिनिसोटा विद्यापीठ यांतील तज्ज्ञ शास्त्रज्ञांनी, संशोधकांनी अनेकविध स्वरूपाची माहिती त्या सांगाड्याच्या अनुषंगाने

घेण्यास सुरुवात केली आहे. तो सांगाडा निश्चितच चार हजार वर्षांपूर्वीचा असल्याने आतापर्यंतच्या संशोधनात मोलाची भर पडलेली आहे. पृथ्वीवर आत्तापर्यंत सापडलेल्या मानवाच्या सांगड्यांत हा सर्वांत जुना सांगाडा आहे. इन्सब्रुक विद्यापीठातील जागतिक दर्जाचे संशोधक प्रा. विल्यम स्टॅनन यांनी फार मार्मिकपणे त्या सांगाड्याचे वर्णन केले आहे. त्यांच्या मते, हा पुरातन पुरुष अश्म युगातील असावा पण त्याने हिमयुगात प्रकटीकरण केले. एका अचानक अपघाताने ती व्यक्ती गाडली गेली, तशीच एका अपघाताने ती पुन्हा प्रकट झाली आहे. सांगाडा बोलका आहे, म्हणजेच त्याच्यामार्फत गेल्या चार-साडेचार हजार वर्षांचा इतिहास उलगडला गेलेला आहे.

-*-*-*-

१६. चला अंतराळ प्रवासाला

१९६९ च्या जुलै महिन्यात नील आर्मस्ट्रॉंग याचे पहिले पाऊल चंद्रावर उमटले आणि अंतराळ-संशोधनाची निश्चित दिशा ठरली. त्यानंतर आठ वर्षांत अनेक रशियन-अमेरिकन अंतराळवीरांनी अंतराळात जास्तीत जास्त काळ राहण्याचे अनेकविध उपक्रम केले आहेत. गेल्या वर्षभरात विशेषकरून अमेरिकन शास्त्रज्ञांनी ठरावीक प्रयोगांकडे लक्ष केंद्रित केले आहे व त्यामुळे १९७९ च्या मध्यापासून तुम्हा-आम्हाला अंतराळात चक्कर मारून येता येईल!!

अमेरिकेच्या नॅशनल एरोनॉटिक्स, स्पेस ॲडमिनिस्ट्रेशनतर्फे 'स्पेश शटल ऑर्बिटर' हे अंतराळफेऱ्या करणारे वाहन तयार करण्यात आले आहे. या विमानाची एकूण लांबी ९८ मीटर इतकी असून मधील भागाची रुंदी ३० मीटर असेल. दोन्ही बाजूंस मागे झुकलेले पंख असतील. याची रचना अंतराळयान आणि नेहमीचे विमान या दोघांचा वापर करून केलेली असेल. एकूण ३३ टन वजनाचे सामान ठेवण्याची सोय यात असेल. यामध्ये स्वयंपाकगृह, आरामगृह, इतर सुविधांची व्यवस्था असून पुढील सर्व भागात यानाचा चालक आणि

अनेकविध यंत्रांचे जाळे असलेला भाग असेल. यानाचा कमांडर, एक शास्त्रज्ञ, दोघांना एक सहायक आणि चार प्रवासी– अशा एकूण सात जणांची यानात महिनाभर राहण्याची सोय केलेली असेल.

हजारो टन वजन असलेल्या या यानातून ताशी २५,००० कि.मी. वेगाने तुम्ही पृथ्वीला दोन वेळा प्रदक्षिणा घातल्याचे पुण्य मिळवाल. या काळात अनेक प्रकारची माहिती जमिनीवरील केंद्रांना कळविण्यात येईल. 'सब ठीक' असल्यानंतर 'ऑर्बिटर'ची शक्तिमान इंजिने पुन्हा कार्यरत होतील आणि पृथ्वीचे वातावरण भेदून तुम्ही अंतराळाकडे झेपावू लागाल. आता तुम्ही पूर्णपणे गुरुत्वाकर्षण शक्तीच्या बाहेर गेलेले असाल व त्यामुळे काहीही प्रयत्न न करता तरंगू शकाल. आधारविरहित वस्तू तुमच्यापासून दूर-दूर जातील. तहान लागली तर भांड्यातून पाणी पिता येणार नाही; नळ्यांमधून पाणी खेचून घ्यावे लागेल!

तुम्ही ४९,००० मीटरपर्यंत पोहोचल्यानंतर बाहेरच्या बाजूची अनेक पॅरॅशूट्स उघडतील आणि ऑर्बिटरचा वेग ताशी १५,००० कि. मी. वरून ताशी १५० कि. मी. इतका कमी-कमी केला जाईल. त्याच वेळी तुमचा कमांडर हा केनेडी स्पेस सेंटरच्या परिसरात आपण येऊन पोहोचल्याचे जाहीर करेल. तुमचे यान विमानतळावर कसे उतरत आहे याची कल्पना तुमच्यासमोरील दूरचित्रवाणी वरील प्रक्षेपणातून येत राहील.

विमानतळ, हवा, धुके वगैरे सर्व परिस्थिती ठीक असल्यास तब्बल चोवीस तासांनंतर अंतराळाचा प्रवास करून, अनेक प्रकारे सूर्योदय-सूर्यास्त व अंतराळातील इतर गमतीचा 'आँखो देखा हाल' आपल्या आप्त स्वकीयांना उत्सुकतेने सांगण्यासाठी तुम्ही पृथ्वीवर अलगदपणे परतला असाल. कमांडरला किंवा विमानतळ अधिकाऱ्यांना उतरण्याच्या वेळी कोणतीही शंका, अडथळा आल्यास तेथून हजार मैल दूर असलेल्या हवाई बेटांच्या परिसरात बोटींच्या मदतीने सुरक्षितपणे उतरविले जाईल आणि मग काही तास उशिराने तुम्ही आपापल्या नातेवाइकांना भेटू शकाल.

अमेरिका या प्रकारे 'अंतराळ ये-जा' प्रवासाला सुरुवात १९७९ मध्ये करणार आहे. हे प्रयोग यशस्वी झाले, भरपूर प्रवासी मिळाले की बेस कँप्सशी संख्या व पृथ्वीपासून भ्रमणाचे अंतर वाढविले जाणार आहे. अर्थात, या प्रवासाचे तिकिट फक्त असामान्य धनवान माणसाला परवडेल असेच राहील.

-*-*-*-

१७. शार्कपासून बचाव करण्यासाठी

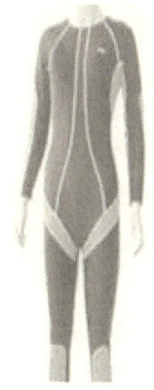

सागर आणि त्याचे अंतरंग म्हणजे विलक्षण विविधतापूर्ण आश्चर्यांचा खजिना आहे. सागरातील अनेक प्रकारचे मत्स्य, रंगीबेरंगी जलजीव, विविध प्रकारच्या जलवनस्पती यांचा शोध घेण्यासाठी शास्त्रज्ञ सदैव कार्यरत असतात. सागराच्या अंतरंगाची माहिती घेण्यासाठी पाणबुडीतून वेगवेगळ्या उपक्रमांची संशोधन मोहीम आखण्यात येते. पॅसिफिक, अटलांटिक महासागराच्या अंतरंगात तीन-चार किलोमीटर्स खोलवर जाऊन पाणबुडीतून बाहेर पडून सर्चलाईटच्या मदतीने शास्त्रज्ञांनी प्रचंड संशोधन केले आहे. काही शास्त्रज्ञांनी तर पॅसिफिक महासागराच्या तळावर पाण्याच्या आत सात किलोमीटर्स अंतरापर्यंत जाऊन पदभ्रमण करीत संशोधन करण्याचा भीमपराक्रम केला आहे.

सागरात संशोधन करताना किंवा सागरात जलक्रीडेचा आनंद लुटताना मोठ्या आकाराच्या मत्स्यांपासून फार धोका असतो. विशेषत: शार्कसारखे मासे हल्ला चढवून, चावा घेऊन प्राणघातक परिस्थिती निर्माण करतात. या कारणास्तव

ऑस्ट्रेलियाच्या पूर्व किनाऱ्याजवळ, न्यूझीलंडच्या पश्चिम किनाऱ्याच्या जवळपास, हवाई बेटांच्या परिसरात सागरातील धाडसी जलक्रीडेला खूप मर्यादा पडल्या आहेत.

सागरात खोलवर जाऊन संशोधन करणाऱ्या अनेक शास्त्रज्ञांना हाता-पायासारखे अवयव गमवावे लागले आहेत. विशेषत: शार्क माशाचे दात करवतीप्रमाणे तीक्ष्ण आणि धारदार असतात. त्याच्या जबड्यात जबरदस्त शक्ती असते. भक्ष्याला कचकचून चावा घेताना त्याची प्रहारशक्ती एकवटली जाते आणि भक्ष्याचा क्षणार्धात फन्ना उडतो. 'जॉज' या विख्यात अमेरिकत चित्रपटात शार्क माशाच्या चाव्याची करामत थरारक पद्धतीने चित्रित केलेली आहे.

सागरात मुक्तपणे विहार करता यावा आणि शार्क मत्स्याने प्रहार केला तरी बचाव व्हावा, या हेतूने रॉन आणि व्हॅलेरी टायलर नावाच्या दांपत्याने एक प्रकारचे चिलखत शोधून काढले. या दांपत्याला सागराच्या अंतरंगातील छायाचित्रण करण्याचा छंद होता. त्या निमित्ताने विशेषकरून पॅसिफिक महासागराच्या वेगवेगळ्या भागात त्यांनी मोहिमा आखल्या होत्या.

सन १९८० मध्ये संशोधन करीत असताना रॉनच्या पायाचा ब्ल्यू शार्कने चावा घेतला होता. तेव्हापासून रॉनने सागरी संशोधनात प्रत्यक्ष पाण्यात उतरण्याचे प्रमाण कमी केले होते. आपल्या पतीच्या आवडीत बाधा येऊ नये, म्हणून व्हॅलेरीने आपली मैत्रीण जेरेमी सुलिव्हॉन हिच्यासमवेत विचारविनिमय केला.

त्यांनी मॅसाच्युसेट्स येथील व्हॉलकॉन इंडस्ट्रीजसमवेत चर्चा करून वजनाला हलका, परंतु चिलखताप्रमाणे टिकाऊ असा 'स्विमिंग स्किनी ड्रेस' तयार करण्याची ऑर्डर दिली. वेगवेगळ्या स्वरूपाची डिझाइन्स तयार करण्यात आली. त्यामध्ये बारीक-बारीक रिंग्ज एकमेकांत गुंफून साधारणत: बारा ते पंधरा पौंड वजनाचा सूट तयार करण्यात आला. तो सूट तयार करण्यास अर्धा इंच जाडीच्या स्टेनलेस स्टीलच्या सुमारे सव्वालाख रिंग्ज एकमेकांत गुंफण्यात आल्या.

आत नेहमीचा स्विमिंग सूट घातल्यानंतर त्यावरून रिंग्जचा ड्रेस परिधान करण्यात आला. तो ड्रेस आणि स्विमिंग ड्रेस यामध्ये कोणत्याही प्रकारची जागा राहणार नाही याची काळजी घेण्यात आली. त्यानंतर खासगी स्विमिंग पूलमध्ये जय्यत तयारी करून पोहण्याचा सराव करण्यात आला. दोन-तीन तास पाण्यात पोहल्यानंतर असे लक्षात आले की, पाण्यामुळे तेथे थोडी पोकळी निर्माण होते,

तेवढ्या भागात शार्कचे दात घुसणे शक्य होते.

ही त्रुटी दूर करण्यासाठी व्हिटिंग आणि डेव्हिस या कंपनीला पाचारण करण्यात आले. त्यांनी स्विमिंग सूटच्या कापडावर एक प्रकारच्या रेक्झिन द्रव्याचा थर पसरला. त्यामुळे स्टीलचे आवरण आणि स्विमिंग सूट यामध्ये अजिबात अंतर राहणार नाही अशी स्थिती निर्माण झाली.

अशा प्रकारचा सर्व जामानिमा करून कॅलिफोर्नियाजवळील सॅन दिआगो भागातील सागरात संशोधनासाठी व्हॅलेरी टायलर उतरली. तिने मनगटाच्या भागात स्टीलच्या पत्राचे आवरण परिधान केलेले होते. तिने या ड्रेसची चाचणी करण्यासाठी हातामध्ये मॅकरेल प्रकारचा मोठा मासा मुद्दाम धरला होता. काही वेळाने एक प्रकारचा ब्ल्यू शार्क जवळपास वावरू लागला. त्याने वेध धरून मॅकरेलवर झडप घातली आणि कडकडून चावा घेतला. त्याच्या दातांचे स्टीलच्या आवरणावर कर्कश स्वरूपाचे घर्षण ऐकून त्या संशोधक मोहिमेच्या सदस्यांच्या अंगावर काटा उभा राहिला, परंतु व्हॅलेरीला कोणत्याही प्रकारचा दगा झाला नाही.

शार्कने त्या प्रसंगाच्या रागाने तिच्यावर झडप घालून चावे घेण्याचा प्रयत्न केला, पण ती पूर्णपणे बचावली. त्या आवरणाची उपयुक्तता आता संपूर्णपणे लक्षात आली. त्या आवरणाच्या एकूण पोखाशाची किंमत साडेतीन हजार डॉलर्स इतकी आहे. अनेकांनी त्याचा वापर सुरू केला.

रॉनन तो पोशाख वापरून ऑस्ट्रेलियाच्या परिसरात पोहण्यास सुरुवात केली. दुर्दैवाने १९८८ मध्ये मात्र त्याचे शिरस्त्राण आणि मानेचा भाग यामध्ये फट राहिलेल्या थोड्या भागात शार्कने चावा घेतल्याने त्याचा मृत्यू ओढविला; परंतु त्यात त्या ड्रेसच्या कोणत्याही कमतरतेचा भाग नव्हता.

-*-*-*-

१८. आधुनिक सौररथ

हवा, पाणी, सूर्यशक्ति या विपुल, नैसर्गिक ऊर्जांचा जास्तीत जास्त फायदेशीर उपयोग करून घेण्यात शास्त्रज्ञांनी विलक्षण प्रगती केली आहे. पाण्यामार्फत वीजनिर्मिती, हवेमार्फत विद्युत-जनित्रे कार्यान्वित करणे याबरोबर सौर ऊर्जेचे अनेकविध व्यावहारिक उपयोग आता सामान्य लोकांपर्यंत पोहाचू लागले आहेत. अनेक घरांच्या छपरांमध्ये सिलीकॉन मिश्रित काचा बसविलेल्या असतात. त्यामार्फत सूर्यशक्ति शोषून घेऊन आतील. वातावरण उबदार ठेवणे, पाणी तापविणे, वीजनिर्मिती करणे, ट्रान्झिस्टर, टेपरेकॉर्डर यासारख्या साहित्यांना कार्यशक्ति पुरविणे यांसारखे असंख्य उपयोग केले जात आहेत. काही कृत्रिम उपगृहांमध्ये सोलर पॅनल्स प्रस्थापित करून त्यामार्फत शोषून घेतलेली सौरऊर्जा, उपग्रहाच्या विविध कार्यासाठी अनेक महिने उपयुक्त ठरते.

या अमाप सौरऊर्जेचा वापर करून गाडीला गति देऊन पर्थ ते सिडनी हे ४१३० किलोमीअर्सचे अंतर यशस्वीपणे जाण्याचा विक्रम लॅरी पार्किन्स आणि

हॅन्स थोलस्टप शास्त्रज्ञांनी १९८३ मध्ये प्रस्थापित केला. पेट्रोल व तत्सम इंधनांची टंचाई, त्यांच्या ज्वलनांपासून वाढणारे प्रदूषण या दोन समस्यांवर ऑस्ट्रेलियांतील ब्रिटिश पेट्रोलियमचे संशोधक, शास्त्रज्ञ संशोधन करीत आहेत. या संशोधकांपैकी हॅन्स हा निष्णात इंजिनियर असून सौरशक्तीचा उपयोग वाहनांसाठी कशाप्रकारे करून घेता येईल या संदर्भात तो निरनिराळी मॉडेल्स तयार करीत होता.

१९८१मध्ये त्याने सॉलीनॉईड वापरून काही सोलर पॅनल्स तयार केली. त्यापॅनल्समार्फत सौरऊर्जेचे रूपांतर विद्युतशक्तीत करायचे, त्या विद्युतशक्तीमार्फत छोटी इंजिन्स गतीशील करायची यात त्याला यश मिळाल्याने आत्मविश्वास वाढला. अशाच एका इंजिनाचा वापर त्याने अव्याहतपणे पाचशे तास विहिरीतील पाणी बाहेर खेचून घेऊन शेतीला पुरविण्यात यश संपादले. सोलर पॅनल बसवून तयार केलेली छोटीशी बाबागाडी व्यवस्थित गतीशील होते. या यशानं तर तो अगदी हुरळून गेला! याच तत्त्वानुसार छोटी गाडी तयार करता येईल हा मुद्दा त्याने ब्रिटिश पेट्रोलियमच्या अधिकाऱ्यांना पटवून दिला. अशा प्रकारची गाडी दोन प्रवाशांना घेऊन दूरवरचा प्रवास करू शकेल अशी खात्री त्याने पटवून दिली.

हॅन्सने त्या गाडीचे डिझाइन, छोटे मॉडेल तयार करून १९८१ च्या अखेरीस पेट्रोलियम कंपनीला सादर केले. प्रत्यक्ष कार तयार करण्यास १९८२ च्या जानेवारीत सुरुवात झाली. पेट्रोलियम कंपनीने या प्रकल्पासाठी पन्नास हजार डॉलर्सची भरघोस मदत दिली. फायबर ग्लास, स्टील यांचा वापर करून बारा फूट लांब, तीन फूट रुंद व दोन्ही टोकांस बोटीप्रमाणे निमुळत्या आकाराचे मुख्य शरीर तयार केले. डनलॉप कंपनीकडून खास ऑर्डर देऊन सायकलप्रमाणेच चाके तयार केली. चार चाकांचा या रचनेला आतून चेन जोडलेली असल्याने मागील चाकांना मिळालेली गतीज ऊर्जा पुढील चाकांपर्यंत पाठविण्याचे कार्य केले जात होते. एका पाठीमागे एक याप्रमाणे दोघेजण काहीशा बंदिस्त भागात बसवण्यासाठी दोन सीटस् तयार केल्या. सायकलप्रमाणेच हँडल, ब्रेक्सची रचना होती. फायबर ग्लासचे आवरण समोर असल्याने वाऱ्या,पावसापासून रक्षण होऊन सभोवतालचा परिसर दिसू शकत होता.

वरचे छत हा या कारमधील प्रमुख तांत्रिक भाग होता. निळ्या रंगाच्या पत्रावर ७२० सोलर सेल्स बसविल्याने त्या छताचे क्षेत्रफळ झाले होते साठ चौरस फूट. ते छत उलगडून आत बसायचे. छतावर सूर्यकिरण पडल्यानंतर

सोलर सेल्समार्फत तयार झालेली ऊर्जा बॅटरीला मिळून गती ऊर्जा निर्माण करण्याचे तत्त्व साकारले होते. हॉर्न आणि दिव्यांसाठी मात्र वेगळी बॅटरी वापरण्यात आली होती. १२५ किलो वजनाचे, दिसण्यात अत्यंत सुबक, रुपेरी, पिवळट रंगाचे हे वहान १९८२ च्या ऑगस्ट महिन्यात तयार झाले. साधारणतः चार तास कडक सूर्यप्रकाश छतावर पडल्यानंतर ताशी २५ किलोमीटर वेगाने सतत सात-आठ तास प्रवास करता येईल इतकी क्षमता निर्माण झाली. स्वतःचे वैयक्तिक सामान, कॅमेरा, दुरुस्तीचे सामान मागील बाजूला ठेवण्यासाठी सोय करण्यात आली.

तंत्रज्ञ, शास्त्रज्ञ, इंजिनियर्स यांनी लहान-मोठ्या चाचण्या घेऊन ते वहान लांबच्या प्रवासाला योग्य असल्याचा निर्णय घेतला. दक्षिण ऑस्टेलियातील महामार्गावरून पर्थ ते सिडनी हे अंतर पूर्ण करण्याचा धाडसी प्रयोग त्या कारने करावा असा प्रकल्प निश्चित झाला. त्या वहानाचे नाव ठेवण्याते आले 'सोलर ट्रेक' आणि या मोहिमेचे नामकरण करण्यात आले. 'सोलर ट्रेक' आणि या मोहिमेचे नामकरण करण्यात आले 'द क्वाइट अॅचिव्हर' (संथपणे संपूर्ण यश मिळविणारी मोहीम) त्या ४१३० किलोमीटरच्या अंतरावर कोठे मुक्काम करावा, काही अडचण निर्माण झाल्यास संपर्क कसा साधावा इत्यादी आखणी झाली आणि समारंभपूर्वक १९ डिसेंबर १९८२ रोजी सकाळी दहा वाजता हॅन्स आणि लॅरी यांनी हजारो उत्साही प्रेक्षकांच्या साक्षीने पर्थपासून या ऐतिहासिक शास्त्रीय मोहिमेला सुरुवात केली.

राष्ट्रीय महामार्ग उत्तम, वहानांना आधीच कल्पना दिल्याने एकंदर कुतूहलपूर्वक सहकार्य अशा थाटात सोलर ट्रेकने ताशी वीस ते पंचवीस किलोमीटर या वेगाने प्रवास सुरू ठेवला. रोज साधारण दहा ते बारा तास प्रवास करणे सर्वच दृष्टींनी फायद्याचे होते. सुमारे चार-पाच तासानंतर मुक्काम करून जेवण, संदेश धाडणे वगैरे उरकले जाई. सायंकाळपर्यंत राहिलेला प्रवास आटोपून ठरलेल्या हॉटेलमध्ये मुक्काम करणे, सौररथाची पाहणी, दुरुस्ती करणे इत्यादी नित्यकर्मे उरकली जात. आठ दिवसानंतर त्यांचा प्रवास कूल गार्ली, नूलाबोर या भागातून सुरू झाला. तेथील दिवसाचे कमाल तापमान १२० फॅरनाईटपर्यंत वाढणे, ठिकठिकाणी जमलेल्या अॅब ओरिजनल्सच्या (मूळ वास्तव्य असलेले) समुदायांनी थांबविणे वगैरे अनुभव त्यांना आले. अतिशय तपमान वाढल्यानंतर आत बसणे चालकांना त्रासदायक होई तेव्हा सावली बघून झाडांखाली विश्रांती घेण्याची पाळी दोन वेळा त्यांच्यावर आली. विश्रांतीच्या वेळी रस्त्यांवरून झेपावणारे कांगारू त्यांच्या

नजरेतून सुटले नाहीत. आधुनिक सुधारणांपासून पूर्णपणे अजूनही वंचित असलेल्या मूळच्या आदिवासींनी त्यांच्या गाडीतील आधुनिक यंत्रे पाहून, अक्षरशः भूतप्रकार समजून पळ काढला.

न्यू साऊथ वेल्स भागातून जाताना निर्माण झालेल्या सुसाट वादळाने काही वेळ त्यांना फार त्रास सहन करावा लागला. वाटेत फक्त चार वेळा नवीन चाके वापरावी लागली. ३ जानेवारी १९८३ हा दिवस त्यांच्या दृष्टीने फार महत्त्वाचा ठरला. त्यांनी एका दिवसात ३०७ किलोमीटर्सचे अंतर पार केले. इंजिन अतिशय कार्यक्षम ठरल्याने जास्तीत जास्त ताशी ६५ किलोमीटर्सचा वेगही त्यांनी यशस्वीपणे साध्य केला. वाटेतील पंधरा किलोमीटरचा घाटही थोड्याशा श्रमाने ओलांडला. ७ जानेवारी रोजी अशा प्रकारे ४१३० किलोमीटरचा यशस्वी प्रवास करून हॅन्स आणि लॅरी यांनी सिडनीत प्रवेश कला. त्या वेळी सर जॉन कॅरिक ऑट्रेलियाचे ऊर्जामंत्री यांनी त्यांचे हर्षभराने स्वागत केले. त्यानंतर मोठ्या मिरवणुकीने सोलर ट्रेक सिडनीमधील बंदरापर्यंत पोहोचले. त्यांनी त्या ठिकाणी पर्थहून आणलेल्या हिंदी महासागराचे पाणी पॅसिफिक सागरात मिसळले.

हॅन्स आणि लॅरी यांनी या यशस्वी प्रयोगामार्फत सौर ऊर्जा वहानांसाठी संपूर्णपणे वापरता येते हे सिद्ध करून दिले आहे. अमाप आणि बऱ्याच प्रमाणात वाया जाणाऱ्या, इंधनाचा वापर केल्याने प्रदूषणाचा मागमूसही नसणाऱ्या या अत्याधुनिक सौररथामार्फत १९८४च्या अखेरीस अमेरिका खंड पश्चिमेकडे ओलांडण्याचा त्यांचा आता मानस आहे! याच धर्तीवर आता सामान्यांना परवडतील अशा विविध प्रकारच्या गाड्या तयार होण्याची शक्यता निर्माण झाली आहे.

-*-*-*-

१९. तरती घरे

नियंत्रणाचे इतके प्रयत्न करूनही माणसांची संख्या भयानक वेगाने वाढते आहे. इ. स. २०२० साली तिने ४०० कोटीचा आकडा ओलांडला असेल.

एवढ्या लोकांनी रहायचं कोठे, शास्त्रज्ञांनी जमिनीखालील वसाहतींचा विचार केला. पण तेथील भयावह उष्णता, निर्माण होणारे विषारी वायू व प्रचंड दाब यामुळे तो अव्यवहार्य ठरला. दुसरा विचार पाण्याचा. पृथ्वीचा ७२ टक्के भाग पाण्याने व्यापला आहे आणि त्यामध्ये जीवसृष्टी आहे.

याबाबत विशेष संशोधन केले आहे. कार्ल ऑस्टिन या कॉलिफोर्नियातील शास्त्रज्ञाने, भविष्यातील समुद्राच्या पोटामधील वसाहत कशी असेल, याच्या प्रतिकृती त्यानं निर्माण केल्या आहेत.

या वसाहती पाण्याच्या पृष्ठभागाच्या खाली सुमारे १००० ते १५०० फूट इतक्या खोलवर असतील. या वसाहती इतक्या पाण्याखाली असण्याचे मुख्य कारण म्हणजे अंतरंगातील प्रवाहांचा प्रतिकार होत नाही आणि पाण्याचा दाब कायम राहून त्यानुसार इमारत रचता येते.

पहिल्या कल्पनांनुसार समुद्राच्या पोटातील वस्ती म्हणजे 'सामूहिक अंड्यांची' वसाहत असेल. यात २००-२५० मीटर्स अंतव्यासाचे प्लॅस्टिक धातू आणि काचामिश्रित साहित्याने तयार केलेले मोठमोठे पोकळ गोळे असतील. हे गोळे एकमेकांस त्याच साहित्याच्या नळकांड्यांनी जोडलेले असतील. त्यामुळे आत वस्ती करणाऱ्यांना सहजच एका भागातून दुसरीकडे जाता येईल. या गोळ्यांमध्ये प्राणवायूचा सतत पुरवठा राहील आणि उच्छवासावाटे बाहेर टाकण्यात आलेला कार्बन-डाय-ऑक्साईड वायू वनस्पती शोषून घेतील. यासाठी आवश्यक लागणाऱ्या सूर्यप्रकाशाऐवजी अणुशक्तीने तयार केलेला प्रकाश वापरण्यात येईल. गोळ्याच्या आत सर्व प्रकारच्या विद्युतनिर्मितीच्या वगैरे सुखसोयी असतील.

काही फ्रेंच तंत्रज्ञाच्या कल्पनेनुसार पाणबुडीसारखी हालचाल करणारी, परंतु दोन-दोन मजले असलेली इमारतीही निर्माण करता येईल. यांच्या आकारांमध्ये विलक्षण नावीन्य असेल. ज्याप्रमाणे उंच आणि लांबलचक सलग चाळ असते. त्याप्रमाणेच परंतु मधमाशीच्या पोळ्याच्या धर्तीवर ही एक लांबलचक वसाहत असेल. ही रुंदीने कमी परंतु लांबीने फर्लांगभरसुद्धा असू शकेल. या वसाहतीत पाणबुड्यांची व्यवस्था असेल. त्यामुळे जरूर भासेल, तेव्हा पृष्ठभागावर जाता-येता येईल.

अशा प्रकारे सागराच्या पोटात वसाहती निर्माण करण्यास प्रथम खर्च होईल. परंतु त्यानंतर विशेष खर्च होणार नाही; कारण समुद्रातील निरनिराळ्या प्रकारच्या पाणवनस्पती, मासे व इतर जलचर यांची सहजपणे शिकार करता येईल.

किकटेक या जपानी तंत्रज्ञाने तरंगत्या वसाहतीची कल्पना मांडली आहे या वसाहतींचा पाया जाड, भक्कम पण तरंगू शकणाऱ्या अशा साहित्याचा असेल आणि त्यावर जमिनीवर बांधल्या जाणाऱ्या वसाहतीनुसार वसाहत उभी राहील. एखाद्या मोठ्या तलावात छोटासा प्लॅटफॉर्म बांधावा त्यासारखे हे वसतिस्थान दिसेल.

अमेरिकन, फ्रेंच व जपानी शास्त्रज्ञांनी या दृष्टीने प्राथमिक प्रयोग पूर्ण केले असून, लवकरच सागराच्या पोटात प्रयोगशाळा उघडण्यात येईल.

-*-*-*-

२०. नवा व्यवसाय : स्मोक जंपिंग

उत्तुंग इमारती, प्रचंड जंगले अशा ठिकाणी नसर्गिक अथवा कृत्रिम प्रकाराने आगी लागतात. आग पाहतापाहता पसरते आणि किती प्रकारची जीवित आणि वित्त हानी होईल याचा अंदाज बांधता येत नाही. आग सगळीकडे पसरू नये यासाठी तात्काळ उपाय योजणे जरुरीचे असते.

आगीचा अंदाज घेणे, आग आटोक्यात आणणे, विझविणे, आगीचा प्रसार होऊ न देणे यासाठी अमेरिकन जंगल खात्याने 'स्मोक जंपर्स' नावाच्या विभागाची निर्मिती केली आहे. त्या विभागात धाडसी तरुणांचा समावेश असतो. आग लागलेल्या भागात विमानाच्या सहाय्याने निरीक्षण करावयाचे. कोणत्या ठिकाणी ताबडतोब उतरून झाडे तोडावयाची, कार्बनडाय ऑक्साईड किंवा

रसायने फवारायची, आग पसरू नये यासाठी कोणते उपाय योजावयाचे याचा निर्णय घ्यावा लागतो. हवाई छत्रीच्या सहाय्याने विमानातून उडी घ्यावयाची आणि योग्य त्या ठिकाणी शक्यतो लौकर तरंगत येऊन उतरावयाचे हा यातील कौशल्याचा भाग असतो.

अशा प्रकारचा धाडसी, आर्थिकदृष्ट्या अत्यंत फायदेशीर स्वरूपाच्या व्यवसायाचे मार्गदर्शन करण्याची सोय दक्षिण डंकोटा (अमेरिका) येथे अमेरिकन जंगलखात्याने केलेली आहे. आजच्या घडीला असे प्रशिक्षण घेतलेले एकशेवीस 'स्मोक जंपर्स' आहेत. अशा स्वरूपाचे प्रशिक्षण यशस्वीपणे पूर्ण करण्यास आणि व्यवसाय म्हणून स्वीकारण्यात लिंडा रीअमर्स नावाच्या पंचवीस वर्षाच्या तरुणीने विक्रम प्रस्थापित केला आहे.

'स्मोक जंपर्स'चा प्रशिक्षण वर्ग तब्बल दोन वर्षात पूर्ण करता येतो. त्यासाठी शारीरिक क्षमता भरपूर असावी लागते. दीड मैल धावणे, पन्नास जोर, पन्नास बैठका आणि शंभर दोरीवरच्या उड्या बारा मिनिटांत पूर्ण कराव्या लागतात. एक प्रकारे फिजिकल फिटनेस दर्जेदार राखावाच लागतो. वेगवेगळ्या अंतराच्या चढ-उताराच्या चाचण्या घेतल्यावर रक्तदाब, हृदयाचे स्पंदन, मानसिक क्षमता यांचे मोजमाप होते व त्यानुसार अंतिम निवड केली जाते.

अंतिम निवड झाल्यानंतर लहानशा विमानातून दीड हजार फुटांवरून हवाईछत्रीच्या सहाय्याने उडी घ्यावयाची असते. विमानातून बाहेर आल्यावर हजार ते बाराशे फूट हवाईछत्री न उघडता दगडांप्रमाणे एकदम खाली यावयाचे व त्यानंतर तरंगावयाचे असते. अशाप्रकारे अनेकवेळा उड्या मारून तरंगल्यानंतर पाठीवरील पिशवीत घडीच्या करवती, काही रसायनांच्या बाटल्या यांचा उपयोग करून आग विझवण्याचे, जवळची झाडे तोडण्याचे प्रात्यक्षिक करावे लागते. सरावाचा भाग म्हणून उंच झाडांवर, शिड्यांवर कंबरेभोवती दोर गुंडाळून भराभर चढणे, उतरणे याची प्रात्यक्षिक करावी लागतात.

या प्रकारे व्यावसायिक शिक्षण घेऊन पारंगत झालेल्या 'स्मोक जंपर्स'चे सरासरी वय २५ वर्षे असते. त्यांना वर्षातून चार महिने काम करावे लागते. त्याबद्दल महिना दीड हजार डॉलर्स रक्कम मिळते. राहिलेल्या काळात त्यांना प्रत्यक्ष आग विझविण्यास जावे लागत नाही, परंतु इतर होतकरू विद्यार्थ्यांना शिक्षण देणे सराव करून घेणे व स्वत:ची शरीरप्रकृती तंदुरुस्त ठेवणे यासारखी कामे करावी लागतात.

युरोप, दक्षिण-उत्तर अमेरिकेत उत्तुंग इमारतींची संख्या झपाट्याने वाढत

आहे. शॉर्ट सर्कीटमुळे मधल्याच कोणत्यातरी मजल्यावर आग लागणे, धूर कोंडल्यामुळे मृतांची संख्या वाढणे, लिफ्टमध्ये एकदा घोटाळा निर्माण झाल्यास दोन मजल्यांच्यामध्येच प्रवासी अडकून विलक्षण परिस्थिती निर्माण होणे; यासारखे भयानक प्रसंग मध्येच कधीतरी उद्‌भवतात. अशावेळी स्मोक जंपर्सची जरुरी निश्चितच भासते. अशा प्रकारच्या परिस्थितीत त्यांच्या पाठीवरील पिशवीत वेगळ्या प्रकारे साहित्य असते. स्वतःचे प्राण गुदमरून जाऊ नयेत म्हणून स्वतःचे ऑक्सिजन सिलिंडर असतो. अडकलेल्या लोकांचे प्राण वाचविण्यासाठी वेगवेगळ्या आकाराच्या झोळ्या असतात. अशावेळी 'स्मोक जंपर्स'ना अग्नीविरोधी पोशाख मात्र वापरावा लागतो.

जोन हार्पर हा पस्तीस वर्षांचा 'स्मोक जंपर' सर्वांत श्रेष्ठ आहे. गेली पंधरा वर्षे तो यात सक्रिय भाग घेत असून, त्याने आतापर्यंत सुमारे दीडशे मोठ्या आगी विझविण्यात यश मिळविले. त्याच्या अनुभवाचा उपयोग करून 'फायर फ्लाईट' नावाचा थरारक चित्रपट नुकताच पूर्ण केला.

'स्मोक जंपर्स'चा व्यवसाय आता अमेरिका, इंग्लंड, कॅनडा या प्रदेशात खूप लोकप्रिय होत आहे. विमानदलात, पॅरॅशूट जंपिगमध्ये बराच अनुभव घेतल्यानंतर पूर्णवेळ व्यवसाय म्हणून आणि त्यावर उपजिविका करण्यासाठी अनेकजण त्यात शिरकाव करून घेत आहेत.

-*-*-*-

२१. मोहीम अतिशीत खंडाची!

नॅशनल जिऑग्राफिक सोसायटी, अमेरिकन नॅशनल सेंटर यांच्या संयुक्त तुकडीने अंटार्टिकातील भौगोलिक पर्यावरणाचे संशोधन २००७ मध्ये केले. जेनिफर सिमन्स, जेफ्रीज बार्बरा लर्स्ट मोहिमेतील आणि इतर तिघे जण अशी तुकडी जहाजापासून दोनशे फुटांवर बर्फात संशोधन करीत होती. बर्फाची घनता, बर्फाचे वेगवेगळ्या अंतरावरील तापमान, बर्फात अडकलेल्या धूलीकणांचे प्रमाण इत्यादी नोंदी केल्या जात होत्या. त्या वेळी तेथील तापमान उणे ऐंशी सेल्सिअस होते. थोड्या वेळानंतर एकदम शीतवारे वाहू लागले, अचानकपणे वाऱ्याचा वेग वाढून सगळीकडे बर्फाच्या कणांचे तुषार पसरु लागले. इकडे जहाजावरील रडारवर त्या विस्तीर्ण बर्फाळ खंडाची अवस्था दोलायमान सुरु झाल्याची नोंद येऊ लागली.

मॅकेन्झी शास्त्रज्ञाने ताबडतोब त्या तुकडीला सावध केले आणि जहाजाकडे

परतण्याचे आदेश दिले. त्याच क्षणी त्या बर्फाळ परिसराचे दृश्य रडारवर पाहून जहाजावरील सर्वांच्याच हृदयाचा ठोका चुकला. जहाजापासून काही फुटांवरुन एक भेग दिसू लागली व पाहता पाहता तो प्रचंड बर्फाळ प्रदेश दुभंगला गेला! आकाशात वीज चमकताना सुरवातीला अगदी नाजूक सडपातळ भाग दिसतो व त्यानंतर ती वीज आकाशात भरुन जाते, त्याचप्रमाणे ती भेग रुंदीने वाढत गेली. तेथील पांढऱ्याशुभ्र थराजवळ निळेशार पाणी डोकावू लागले.

सुदैवाने ती संशोधक तुकडी पन्नास चौरस फुटाच्या बर्फाच्या लादीवर तरंगत उभी राहिली होती. तत्काळ बोटीवरुन जाडसर नायलॉनचे दोर पाठविण्यात आले. त्यांचा आधार घेऊन ते सर्व जण बोटीवर सुरक्षित परतले. सर्वांनी त्यांचे जल्लोषात स्वागत केले. ती काही मिनिटे एखाद्या वॉशिंग मशिनमध्ये घातल्यानंतर घुसळण्याची क्रिया आणि ते घडत असताना वॉशिंग मशीन उलटेसुलटे होत आहे; असे वर्णन बार्बराने केले.

अमुंडसेन सागराच्या परिसरात असताना त्यांना आकाराने अर्धा कि.मी. रुंद, एक-दीड कि.मी. लांबीच्या हिमनगांचे दर्शन झाले. त्यातील काही हिमनगांच्या तरंगण्याचा वेग संथ होता. त्या वेळी पाणबुड्या पाठवून हिमनगांच्या तळाचे छायाचित्रण करण्यात आले. छायाचित्रण करण्यासाठी अंडरवॉटर चित्रण करु शकणाऱ्या कॅमेऱ्यांचा वापर करण्यात आला. सूर्याची तिरपी किरणे तेथे पडून वेगवेगळ्या प्रकारच्या रंगछटा निर्माण होण्याचे अनोखे दृश्य दिसले. काही हिमनगांच्या तळाशी पिवळट, हिरवट रंगाचे थर स्पष्टपणे दिसले. त्या भागात शैवाल वनस्पतीची वाढ झालेली होती. शैवालाचे भक्षण करण्यासाठी विविध प्रकारच्या माशांची तेथे चाललेली धडपड पाहून त्या बर्फाळ साम्राज्यातील अन्नसाखळीची कल्पना आली.

बर्फाखालील पाण्याचे निरीक्षण करताना बर्फाचे स्फटिक कशा रीतीने तरगंतात आणि हिमनगाच्या जवळपास आल्यानंतर तेथील तापमान किती प्रमाणात उतरते, यांचीही नोंद करण्यात आली. स्फटिक एकमेकांजवळ आल्यानंतर त्यांच्या कडांचे घर्षण होऊन तापमान वाढते. काही प्रमाणात बर्फ, कडांच्या भागात वितळते व त्यामुळे स्फटिक एकमेकाला कसे चिकटले जातात याचेही छायाचित्रण करण्यात आले. स्फटिक एकमेकाला चिकटून कशा प्रकारे बर्फाची व्याप्ती वाढते याची कल्पना शास्त्रज्ञांना आली. आठ वेगवेगळ्याप्रकारचे स्फटिक बर्फ तयार करण्यास कारणीभूत ठरतात असे निश्चित करण्यात आले.

हेलिकॉप्टरच्या साहाय्याने अंटार्क्टिकाच्या निरनिराळ्या भागातील छायाचित्रण

करुन प्रत्यक्ष बर्फ तयार होण्याच्या सुरवातीच्या क्रियेपासून भव्य हिमनग प्रस्थापित होण्यापर्यंतचे सर्व टप्पे शास्त्रज्ञांना न्याहाळता आले. प्रथम शुभ्रधवल लाटा उसळतात. त्या वेळी थंडीचे प्रमाण वाढते व त्यामुळे तुषारांचे रुपांतर हिमकणात, हिमकणांपासून स्फटिकनिर्मिर्ती. स्फटिकांपासून साधारणत: षटकोनी, पंचकोनी आकाराचे पसरट ताव तयार होतात. ताव तयार होऊन एक दोन आठवडे झाले की परिसराचे तापमान शून्याखाली साठ-सत्तर अंशांनी घसरते. ताव एकमेकांशी संमिलीत होऊन बर्फाचे प्रचंड थर तयार होतात. कमी होत जाणारे तापमान आणि आतून उसळणाऱ्या पण बऱ्याच प्रमाणात मंदावलेल्या लाटा बर्फ वर ढकलतात आणि हिमनगांची निर्मिती होते.

सप्टेंबरच्या दुसऱ्या आठवड्यापर्यंत त्या संशोधक तुकडीने खूप निरीक्षणे एकत्रित केली. त्यांचे पृथ:करण करुन इतर माहिती निश्चित करण्यासाठी कांही वर्षांचा काळ लागणार आहे. साडेसात लक्ष चौ.कि.मी. पसरलेल्या अंटार्क्टिकाचे अंतरंग समजले जाणार आहे.

***

२२. आता प्लॅस्टिकची रेडिमेड घरे

मानवाच्या विविधपूर्ण कल्पकतेला सुयोग्य आसरा हे फार मोठे आव्हान आहे. अगदी अनादी कालापासून आसरा मिळविण्यासाठी बांबू, लाकूड, माती, दगड, विटा यांचा हरतऱ्हेने वापर करून मानवाने घरे बनविण्यात विलक्षण क्रांती केली. गेल्या काही दशकांपासून सिमेंट आणि स्टील यांचा वापर करण्यास सुरुवात झाली. स्टीलमुळे आतील सांगाडा भक्कमपणे उभारला जातो. सिमेंट आणि विटा यांचा वापर करून भिंती उभारणे, गिलावा करणे इत्यादी कामे केली जातात. परंतु सिमेंट, स्टील यांचा मर्यादित पुरवठा, त्याची मागणी आणि उत्पादन यातील असमतोल यांमुळे अनेक देशांमध्ये टंचाई निर्माण झाली आहे. या परिस्थितीमुळे स्टील, सिमेंट यांच्या किंमतीत विलक्षण चढ-उतार घडून येतो.

या अनेक प्रकारच्या घरबांधणी समस्यांवर पश्चिम जर्मनीतील वोल्फगांग फिअरबाच याने प्लॅस्टिकचा वापर करून रेडिमेड घरे तयार करण्यास १९५६

पासून सुरुवात केली. फिअरबाच हा कल्पक रसायन तंत्रज्ञ १९५० पासून प्लॅस्टिकमार्फत सोफा, टेबल्स यांसारख्या वस्तू कारखान्यात तयार करीत होता. त्यासाठी तो फायबर ग्लास रिएन्फोर्सड प्लॅस्टिक किंवा ग्लास रिएन्फोर्सड प्लॅस्टिक याचा वापर करीत होता. वेगवेगळ्या आकाराच्या वस्तू किंवा भाग तयार करून ते एकमेकांना जोडून साहित्य सहजपणे तयार होत असे.

एकदा फिअरबाचच्या कंपनीला काही सोफासेट्स, टेबल्स यांची मोठी ऑर्डर मिळालेली होती. मागणीचा मोठा आकडा आणि पुरवठा करण्याची घाई यात जरा धांदल उडाली होती. त्या गिऱ्हाईकाने फोनवर चेष्टेने फिअरबाचला विचारले, "आम्ही तुम्हाला रेडिमेड घरांची ऑर्डर देण्याच्या विचारात आहोत? ऑर्डर घेणार का?"

मस्करीचा भाग फिअरबाचला वेगळीच दिशा दाखवून गेला. त्याने आपल्या सहकार्यासमवेत विचारविनिमय केला. अनेक प्रकारची डिझाइन्स तयार केली. भिंतीच्या आकाराचे फायबर ग्लास रिएन्फोर्सड प्लॅस्टिक (F.R.P.) ब्लॉक्स तयार केले. त्यात खिडक्यांची डिझाइन्स, वायरिंगची सोय इत्यादी सर्व रेडिमेड ठेवले. ते ब्लॉक्स एकमेकांस जोडल्याने घर अक्षरश: तीन दिवसात उभारता येऊ लागले. या फायबर ग्लास प्लॅस्टिकचा वापर करून दोन वर्षांत अनेक ठिकाणी घरे उभारण्यात आली. याच्या भिंती मजबूत, वजनाला हलक्या असल्याने त्याची उपयुक्तता भरपूर वाढली. या बरोबरच इतर अनेक फायदेही लक्षात आले. यांच्यातील रंगसंगतीमुळे घरांना वैशिष्ट्यपूर्ण रंग आणि आकार प्राप्त होऊन विविधता वाढली. कोणत्याही प्रकारच्या कीटकांना आश्रय नसल्याने त्यांना वाळवी लागणे, कुजणे हे त्रास नष्ट झाले. समजा एखाद्या जागेचा, परिसराचा कंटाळा आल्यास त्या भिंती वेगळ्या करून घराचे पूर्ण स्थलांतरही करता येऊ लागले.

अशाप्रकारे अनेकविध फायदे आणि थोड्या काळात निर्मिती होऊ शकणारी प्लॅस्टिकची घरे स्वीडनमधील कोबान कंपनी, इंग्लंडमधील हॅमल साईड कंपनी यांचेमार्फत आता तयार केली जात आहेत. या घरांचा खर्च मात्र स्टील, सिमेंटच्या घरांपेक्षा वीस टक्के जास्त होतो. परंतु या प्रकारच्या घरांचा प्रसार वाढल्यानंतर किंमती कमी होईल अशी अपेक्षा तंत्रज्ञानी व्यक्त केली आहे. घर बांधणीतील हे आधुनिक तंत्र आता मोठ्या प्रमाणावर लोकप्रिय होणार हे निश्चित.

-*-*-*-

२३. आकाशातून वृक्षारोपण

झाडे, झुडपे, वनस्पती म्हणजे जमिनीचे भूषण होय. वनस्पतींपासून मनुष्याला अनेक प्रकारे फायदा होतो. वनस्पतींची मुळे जमिनीत खोलवर जातात. त्यामुळे जमिनीच्या आतील थरांना मजबूतपणा येतो आणि जमिनीची धूप होत नाही. मुळांवर अनेक प्रकारचे जंतू वाढतात त्यामुळे मातीची सुपीकता वाढते. पानांमार्फत सूर्यप्रकाशात प्राणवायू हवेत सोडला जाऊन हवा शुद्ध राहण्यास मदत होते. हवेचे तपमानही सम राहण्यास उपयोग होतो. फळाफुलांमुळे होणारे अगणित फायदे तर मानवांच्या इतिहासाइतके जुने आहेत. रखरखीत वाळवंटापेक्षा वनस्पतींचा हिरवागार गालीचा डोळ्यांना आल्हाददायी भासतो तो याच अनेक कारणांमुळे.

यासाठीच नवीन झाडांची रोपटी वेगवेगळ्या ठिकाणी लावण्याचे कार्य मुद्दाम केले जाते. परंतु खड्डे खणावयाचे; त्यात व्यवस्थित रोपटी लावावयाची यातच सगळा उत्साह निघून जातो. त्यापेक्षा जलद, व्यवस्थित आणि दर्जेदारपणे वृक्षारोपण करण्याची पद्धत अमेरिकेतील कोलोराडो प्रांतातील वनस्पतीतज्ज्ञ सिंक्लेअर यांनी शोधून काढली आहे.

एका चिनी मातीच्या सच्छिद्र भांड्यात दीड फुटापर्यंत मातीचा थर असतो. त्यात अपेक्षित ते रोपटे वाढत असते. या भांड्याचा आकार दुसऱ्या टोकास निमुळता असतो. ज्याप्रमाणे विमानातून बाँबहल्ला केला जातो त्याप्रमाणेच जमिनीपासून काही अंतरावरून एका पट्ट्याच्या साहाय्याने ठराविक ठिकाणी ती बाँबच्या आकाराची भांडी सोडली जातात.

ती भांडी टणक आणि निमुळती टोकदार असल्यामुळे जमिनीत रुततात. भांडी रुतल्यानंतर पाणी शिंपडले जाते. सच्छिद्र भांड्यातून मुळे पाणी शोषून घेतात आणि काही दिवसांनंतर भांडी मातीत आपोआप मिसळून जातात! या पद्धतीने प्रचंड सपाट शेतातसुद्धा बी पेरणे शक्य होत आहे. भांड्याचा आकार चौकोनी करून याच पद्धतीने डोंगराळ भागातही पेरणी करता येते. प्रयोगादाखल सहारा वाळवंटाच्या काही भागात निवडुंगाच्या जातीची सहस्रावधी रोपटी एका दिवसात पेरण्यात यश मिळाले. ती रोपटी चांगली जंगली तर काही वर्षांतच सहारा वाळवंटाचा पूर्णपणे कायापालट होईल.

-*-*-*-

२४. रोबॉटमार्फत बुडालेल्या जहाजाचा शोध

रोबॉट म्हणजे यंत्रमानव. यंत्रमानवामार्फत कारखान्यात कामे करून घेणे, वहाने चालविणे, वेल्डींग करणे यासारखी विविध कामे करून घेतली जातात. अशाच एका रोबॉटकडून खोल पाण्यात बुडालेले जहाज शोधण्यात, पाण्याबाहेर काढण्यात नॅशनल जिओग्रॅफिकच्या शास्त्रज्ञांना यश मिळाले.

ऑगस्ट १८१२ मध्ये अमेरिका आणि इंग्लंड या राष्ट्रांमध्ये एक सागरी युद्ध झाले. त्या युद्धाचा काही भाग भव्य ओटॅरिओ सरोवरात पार पडला. इंग्लंडने केलेल्या हल्ल्यात अमेरिकेची हॅमिल्टन आणि स्कॉऊरेज ही दोन हजारे उद्ध्वस्त झाली. दोन्ही जहाजाच्या तळात भोके पडली आणि ती जलसमाधिस्त झाली. दोन महिन्यांत युद्ध संपले. इतिहासाच्या काळ ओघात त्या जहाजांचा सर्वांनाच विसर पडला. त्या जहाजांच्यावरील वाचलेल्या खलाशांपैकी नेड मेअर्स नावाच्या खलाशाने त्या युद्धाची बातमी, जहाज कसे बुडाले आणि त्या जहाजावर

कशा किंमती वस्तू होत्या याची माहिती जेम्स कूपर या लेखकाला सांगितली.

जेम्सने त्या माहितीचा वापर करून एक कथा प्रसिद्ध केली. त्या कथेचा आधार घेऊन १९७० मध्ये अमेरिकन शास्त्रज्ञांनी जहाजांचा शोध घेण्यास सुरुवात केली. ओटॅरिओ सरोवर सुमारे शंभर कि.मी. लांब आणि तीस कि.मी. रुंद आहे. त्याची खोली पाचशे फुटाहून जास्त आहे. अशा ठिकाणी जहाजांची इतक्या वर्षांनी माहिती मिळणे अशक्यप्राय होते.

शास्त्रज्ञांनी रिमोटली पायलटेड व्हेईकलचा वापर करून ठिकठिकाणच्या भागात कॅमेरे पाठवून अंडरवॉटर फोटोग्राफी पूर्ण केली. सुमारे सहा महिन्यांच्या परिश्रमांनंतर एका भागातील घेतलेल्या छायाचित्रांमध्ये स्त्रीचा चेहरा असलेले मोठे खांब आढळून आले! तो भाग तीनशे फूट खोलवर होता. त्या भागात पुन्हा कॅमेरे रोबॉट मार्फ पाठवून छायाचित्रण करण्यात आले. सुमारे दोनशे छायाचित्रे गोळा केली!

त्या छायाचित्रांनुसार हॅमिल्टन जहाजांची माहिती उपलब्ध झाली! त्या जहाजात ठिकठिकाणी गाळ साचला होता, काही भाग कुजले होते. परंतु सुमारे साठ टक्के भाग व्यवस्थितपणे होता. ते असंख्य फोटो जुळवून हॅमिल्टन जहाज, त्याचा परिसर त्या जहाजांतील इतर भागांची माहिती जमा झाली.

सुमारे एकशे सत्तर वर्षांपूर्वीचे बुडालेले जहाज व यातील वस्तू व्यवस्थितपणे सापडत आहेत. या बातमीचा आनंद 'कॅनडा मरीन ट्रेझर डिपाट्रमेंट', 'इंटिरिअर प्रॉपर्टी डिपार्टमेंट' यांना झाला. त्यांनी ते जहाज व त्यातील वस्तू अलगद वर काढून म्युझिअममध्ये ठेवण्याचे ठरविले.

१९७८ मध्ये वेगवेगळी यंत्रे, रोबॉट यांचा वापर करून हॅमिल्टन जहाज तळांतून तीनशे फूट खोलवरून ओटॅरिओ सरोवराच्या पाण्याबाहेर काढण्यात यश मिळाले. त्यानंतर चार महिने त्या जहाजाची स्वच्छता करणे, त्यात आढळलेल्या वस्तू एकत्रित करणे इत्यादी कामे केली जात होती. त्या वस्तूंमध्ये महिलेची सोन्याची मूर्ती बसविलेली एक काठी अत्यंत सुरक्षितपणे मिळाली. त्या सर्व वस्तू ओटॅरिओ नॅशनल म्युझिअममध्ये सुरक्षितपणे ठेवण्यात आल्या आहेत, अशा प्रकारे खोल, गढूळ पाण्यातील समाधिस्त झालेल्या वस्तू शोधणे, त्या वस्तू ताब्यात घेणे हा नवीन कल्पक प्रकार आता रोबॉटमार्फत सहजसाध्य होऊ लागला आहे.

-*-*-*-

२५. सुयांच्या साह्याने रोगनिर्मूलन

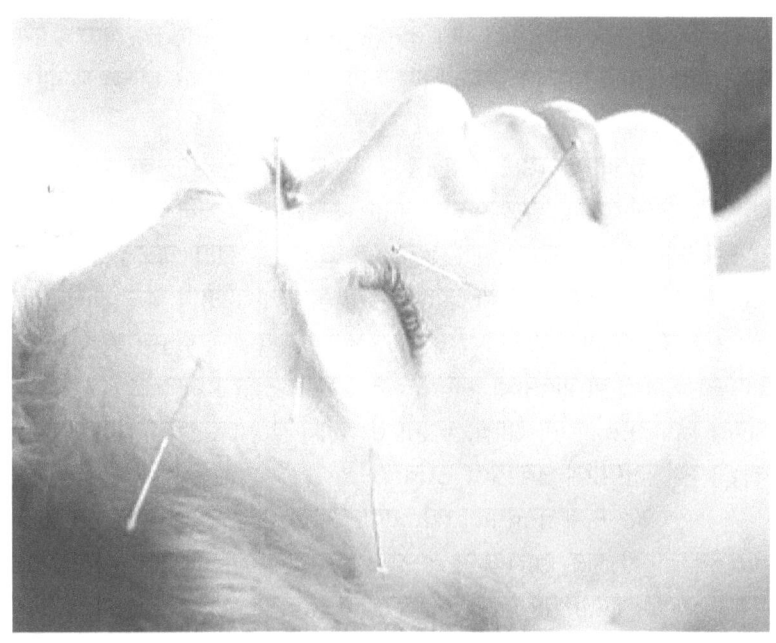

सुई टोचणे म्हणजे इंजेक्शनमार्फत औषध शरीरात मिसळणे हा शब्दप्रयोग बहुतेक ठिकाणी माहीत झालेला आहे. परंतु शरीरातील काही ठराविक ठिकाणी फक्त सुई टोचून रोगांचे निर्मूलन करणे, काही भाग बधीर करणे यासारखे निरनिराळे उपाय करण्याची पद्धत चीनमध्ये (तीक्ष्ण टोकाची क्रिया-acupuncture) गेली हजारो वर्षे अस्तित्वात आहे. या पद्धतीची ओळख चीनबाहेरील अनेक शस्त्रक्रियातज्ञांना नुकतीच झाली आणि त्यापैकी काही तज्ञ या पद्धतीचा वापर करू लागले आहेत.

या पद्धतीत सुईमार्फत कोणत्याही प्रकाराचे औषध, लस शरीरात पाठविली जात नाही. फक्त शरीरातील ठराविक बिंदू साधून तेथील स्नायू अथवा मज्जातंतू बधीर केला जातो व त्यामार्फत रोगाचे निर्मुलन केले जाते. या पद्धतीतील खरे कौशल्य आहे ते म्हणजे रक्तवाहिन्यांना अजिबात स्पर्श केला जात नाही. त्यांचा छेद घेतला जात नाही. त्यामुळे रक्तस्राव होत नाही व शस्त्रक्रियेची एकंदर गंभीरता नष्ट होते.

चिनी भाषेत उल्लेख

'चिआंग लुओ' नावाच्या चिनी भाषेतील वैद्यकीय ग्रंथात या पद्धतीचा उल्लेख यीन (Yin) आणि (Yang) यांग यांच्या संदर्भात केला आहे. यीन म्हणजे शरीराचे आतील, दुखीत अभावसूचक भाग आणि यांग म्हणजे शरीराचे बाह्य भागातील ज्ञात, सूचक भाग. यीन आणि यांग या दोहोतील तोल नष्ट होतो आणि शरीर कोणत्यातरी व्याधीने ग्रस्त होते. तीक्ष्ण टोकाच्या सुईने शरीरातील हा तोल पुन्हा साधला जातो म्हणजेच रोगाचे निर्मूलन होते. ठराविक बिंदूंमध्ये तीक्ष्ण टोक खुपसल्यामुळे रक्तातील रोगजंतूंचा नाश करणाऱ्या पांढऱ्या पेशींची संख्या वाढते आणि ताबडतोब रोगजंतूंचा प्रतिकार केला जातो.

शरीरात तीक्ष्ण सुया टोचण्याचे एकूण निरनिराळे ६६० बिंदू आहेत. ज्याप्रमाणे रोगाची तीव्रता असले त्यानुसार तीक्ष्ण सुई ठराविक काळपर्यंत टोचून ठेवली जाते. त्याचप्रमाणे सुई गोल फिरवणे, हलविणे या क्रिया केल्या जातात. योग्य ठिकाणी सुई टोचून ॲपेंडीस, अपचन, सांधेदुखी, पौरुषहीनत्व, छातीचे विकार इ. वेगवेगळ्या रोगांवर उपाय योजना करता येतात. अशाप्रकारे सुया टोचून व त्याच वेळी ठराविक औषधी व वनस्पतींचा नूर रोगी माणसला देऊन कॅन्सरचा रोग बरा करता येतो असे चीनमधील डॉक्टरांनी दाखवून दिले आहे.

दोन हजार वर्षापूर्वी चीनमध्ये तांग राजाच्या काळात या तीक्ष्ण सुयांच्या उपयोगासंबंधी 'नायचिंग' या ग्रंथात सविस्तर वर्णन केले आहे. या पद्धतीचा प्रसार तेथून जपान, कोरीया येथे झाला. तेथील फ्रेंच, अमेरिकन वकिलातीतील डॉक्टरांनी या शास्त्राचा काळजीपूर्वक अभ्यास करून त्या पद्धतीचा वापर करू लागले आहेत. तीक्ष्ण सुया योग्य बिंदूमध्ये टोचून स्नायू व मज्जातंतू संमोहीत केल्याने वेदना नष्ट होत असाव्यात आणि त्यामुळे रोग्याची प्रतिकारशक्ती वाढत असावी असा काही तज्ज्ञ डॉक्टरांचा आक्षेप आहे. तरीसुद्धा ही पद्धत अनेक ठिकाणी वापरता येत आहे.

ही पद्धत अजूनही चीनमध्ये मोठ्या प्रमाणात वापरात आहे असे निरीक्षण

कलकत्त्याचे डॉ. विजयकुमार बसू यांनी केले. गेल्या तीस वर्षात डॉ. बसू एकूण तीन वेळा चीनमध्ये या विशिष्ट पद्धतीचा अभ्यास करण्यासाठी जाऊन आलेले आहेत व स्वतःच्या कलकत्त्याच्या दवाखान्यात या पद्धतीचा ते लहान मूलांना भूल न देता शस्त्रक्रिया करण्यासाठी वापर करतात. त्यांच्यामते १९५० च्या सुमारास चीनमध्ये सर्वसाधारण आरोग्य पातळी फार खालावलेली होती आणि ही पातळी पूर्ववत करण्यास चीनमध्ये १० लाख डॉक्टरांची जरूरी होती. दूरदर्शी कम्युनिस्ट राज्यकर्त्यांनी त्यावर ताबडतोब उपाय म्हणून लक्षावधी नागरिकांना या तीक्ष्ण सुयांच्या पद्धतीचे ज्ञान करून दिले व परिस्थिती आटोक्यात आणली. आपल्याकडेसुद्धा उरुसात डोळ्यात, नाकात, ओठात सुया टोचल्याचे आढळते. वरवर निघृण विलक्षण वाटणाऱ्या त्या प्रकारामागे वर उल्लेखलेले तत्त्वच असण्याची शक्यता आहे.

-*-*-*-

२६. अणुस्फोट तंत्रज्ञानाची गुपिते

दि. ६ ऑगस्ट १९४५ मानवाच्या इतिहासात नोंदला गेलेला काळाकुट्ट दिवस. दुसऱ्या महायुद्धाच्या वणव्यात युरोप खंड चहू दिशांनी होरपळून निघाला होता. वणव्याच्या ज्वाळा आफ्रिका, आशिया खंडांपर्यंत पोहोचल्या होत्या. पूर्व आशियातील जपानने अतिशय तडाखेबंद स्वरूपात युद्धआघाडीवर प्रगती प्रस्थापित केलेली होती. एका बाजूने जर्मनीच्या फौजा, तर दुसऱ्या बाजूने जपानी फौजा दोस्त राष्ट्रांचा पराभव करणार असे चित्र स्पष्ट दिसू लागले होते. आणि या वाटलाचीत जपानने अमेरिकन सैन्याची बेधडकपणे आगळीक काढली. पर्ल हार्बर बंदरावर जोरदार छुपा हल्ला चढविला. अमेरिकन नौदलाची जबरदस्त हानी केली आणि एका महाशक्तीचा प्रचंड अपमान केला. त्याचा बदला घेण्यासाठी आणि जर्मनी आणि जपानच्या लष्कराला संपूर्णपणे नेस्तनाबूत करावयाचे एवढा

एकच विचार नजरेसमोर ठेवून अमेरिकन अणुसंशोधकांनी सुरू केलेल्या प्रयत्नांना अमेरिकन सरकारने सर्वतोपरी साहाय्य करण्यासाठी हिरवा कंदिल दाखविला. अणुबाँबची निर्मिती करणे आणि त्याचा शत्रुराष्ट्रांच्या भूमीवर स्फोट घडवून आणण्याचा निर्णय घेण्यात आला. अल्बर्ट आईनस्टाईन, नील्स बोहर, रॉबर्ट ओपनहायमर या जागतिक दर्जाच्या संशोधकांना प्रचंड आर्थिक साहाय्य प्राप्त होऊ लागल्याने त्यांच्या संशोधकांच्या तुकडीला अद्ययावत यंत्रसामग्री प्राप्त झाली. न्यू मॅक्सिकोमधील लॉस अल्सोस येथील संशोधन प्रयोगशाळेत 'मॅनहॅटन प्रोजेक्ट' या नावाचा प्रकल्प कार्यान्वित झाला. प्रा. ओपनहायमर यांना प्रकल्पाचे प्रमुख नेमण्यात आले. रात्रंदिवस प्रयत्न करून जपानमधील हिरोशिमा व नागासाकी शहरांमधील लष्करी कारखाने 'उद्‌ध्वस्त' करण्यासाठी अणूबाँबचा वर्षाव करण्याचे निश्चित झाले. महासंहारक शक्तीचे लिटल बॉय आणि फॅट मॅन या नावांनी ओळखले जाणारे अणुबाँब तयार करण्यास अनुमती मिळाली.

जपान, जर्मनी शरण येत नाही असे निश्चित झाल्यानंतर, जपान राष्ट्राचा लष्करी, आर्थिक कणा मोडून टाकण्यासाठी हिरोशिमा व नागासाकी या दोन शहरांना लक्ष्य बनविण्यात आले. या शहरांवरील बाँब वर्षावामुळे निश्चित किती प्रमाणात हानी होईल याची स्पष्ट कल्पना नव्हती. पण महायुद्धाला खीळ बसेल अशी अपेक्षा होती. दि. ६ ऑगस्ट १९४५ रोजी हिरोशिमा शहरावर आणि ९ ऑगस्ट १९४५ रोजी नागासाकी शहरावर अणुबाँब फेकण्यात आले. काही तासात लक्षावधी लोक होरपळून मृत झाले. अब्जावधी रुपयांची हानी झाली आणि अमेरिका, रशिया, इंग्लंड या महासत्तांना स्पष्टपणे समजून आले की अणुबाँबमध्ये महाप्रचंड संहारक शक्ती सामावलेली आहे. दुसरे महायुद्ध संपले. हरतऱ्हेच्या नुकसानीतून, राखेतून जग सावरू लागले; परंतु दुसऱ्या राष्ट्रांवर लष्करी सत्ता गाजविण्याची, महासत्ता प्रस्थापित करण्याची अनिष्ट स्पर्धा सुरू झाली. अमेरिकेच्या अणुस्फोट तंत्रज्ञानाचा चोरटा ताबा घेण्याचे अथक प्रयत्न सुरू झाले. आपणही अमेरिकेसारखे अणुशक्ती सज्ज महासत्ताधीश व्हावे, या ईर्ष्येने रशिया, चीन, फ्रान्समधील राज्यकर्त्यांनी छुपे प्रयत्न सुरू केले. त्या सर्व प्रयत्नांचा, पडद्यामागील असंख्य घडामोडींचा मागोवा 'द न्युक्लीअर एक्सप्रेस' आणि 'द बाँब न्यू हिस्टरी' या दोन अभ्यासपूर्वक तयार केलेल्या ग्रंथांमध्ये समाविष्ट करण्यात आलेला आहे. मॅनहॅटन प्रोजेक्ट ज्या प्रयोगशाळेत सुरुवातीला सुरू करण्यात आला, त्या लिव्हमोर वेपन्स प्रयोगशाळेतील थॉमस रीड, त्या वेळच्या अमेरिकन विमानखात्याचे सचिव डॅन स्टीलमन नंतरच्या लॉस अल्मॉस,

प्रयोगशाळेतील मुख्य संशोधक डॉ. स्टीफन यंगर यांनी अत्यंत गुप्त कागदपत्रांच्या साहाय्याने माहिती मिळवून तयार केलेले हे दोन ग्रंथ म्हणजे अणुशक्तीच्या स्फोटक, संहारक शक्तीचा जागृत इतिहास आहे.

दोन्ही अणुस्फोटांमुळे दुसरे महायुद्ध अगदी दोन आठवड्यात समाप्त झाले. जर्मनी व जपान या माजोऱ्या राष्ट्रांमधील लष्करी सामर्थ्याची राखरांगोळी झाली आणि जगात महासत्ता बनण्याची विचित्र स्पर्धा सुरु झाली. त्या स्पर्धेत आपण अग्रस्थानी असावे, या ईर्ष्येने रशियाचा हुकूमशहा जोसेफ स्टॅलिन याने सर्वप्रथम प्रयत्न सुरू केले. चोरट्या मार्गाने हेरगिरी करून १९५१ सालापर्यंत रशियाने अणुबाँब निर्मिती करण्याची क्षमता प्राप्त केली. रशियाही अणुबाँब निर्माण करू शकतो याची माहिती जगाला समजली आणि खऱ्या अर्थाने अणुबाँब स्फोटामागील तंत्रज्ञानाची चोरटी वाटचाल सुरू झाली. या चोरट्या मार्गाची हकिगत या दोन ग्रंथांमध्ये अत्यंत रोचक, रंजक स्वरूपात सत्यतेवर आधारित साकारलेली आहे. रशियाला अणुगुपिते कळल्याचे समजल्यानंतर फ्रान्स, चीन या राष्ट्रांनी अणुस्फोट चाचण्यांचे तंत्रज्ञान हस्तगत केले. चीनने आपले राजकीय महत्त्व जगात प्रस्थापित करण्याच्या उद्देशाने छुप्या हालचाली सुरू केल्या. १९९० मध्ये रशिया महासत्तेचे तुकडे पडले आणि वेगवेगळी संघराज्ये अस्तित्वात येऊन रशियाचा दबदबा कमी झाला. चीन हा देश पाकिस्तानला अणुस्फोट तंत्रज्ञान देत आहे, याचा सुगावा लागताच भारतानेही भविष्य ओळखून, आपल्या शास्त्रज्ञांनी प्रचंड प्रयत्न केले आणि १९७८ मध्ये पोखरणच्या वाळवंटात अणुस्फोट करून जगाला हादरा दिला. २६ मे १९९० रोजी पाकिस्तानने अणुस्फोट करून आशिया खंडातील राजकारणाला वेगळी कलाटणी दिली. गुप्तहेर खात्याची मदत घेऊन लिबिया, इराण, काही प्रमाणात सद्दाम हुसेनचा इराक यांनीही अणुस्फोट तंत्रज्ञान हस्तगत केले. त्या कारणामुळे अमेरिकेने संघर्ष वाढवून सद्दाम हुसेनला फासावर लटकविले. या शर्यतीत स्वीडन, स्वित्झर्लंड, अर्जेंटिना, ब्राझील या राष्ट्रांनीही प्रगती करण्यास सुरुवात केली. परंतु त्यासाठी लागणारा अफाट खर्च लक्षात आल्यावर अंग काढून घेतले. अशा सर्व 'अणुस्फोट तंत्रज्ञाना'च्या चोरट्या मार्गांची हकीगत आता जगापुढे सादर झालेली आहे.

-*-*-*-

२७. चॉकलेट, आइस्क्रीमवरचे संशोधन

चॉकलेट आणि आइस्क्रीम हे दोन खाद्यपदार्थ पृथ्वीवर लहानांपासून थोरांपर्यंत, गरिबांपासून श्रीमंतांपर्यंत, खेड्यांपासून महानगरांपर्यंत अत्यंत लोकप्रिय आहेत. या दोन्ही खाद्यपदार्थांमधील विविध प्रकार आणि त्यात नावीन्याने पडणारी भर आश्चर्यकारक आहे. खाद्यसंस्कृतीमधील ती एक कोट्यवधी रुपयांची उलाढाल करणारी 'इंडस्ट्री' आहे. या दोन्ही पदार्थांमध्ये साखर हा घटक महत्त्वाचा, पायाभूत असतो. साखरेच्या अमर्यादित सेवनामुळे मधुमेह (डायबेटीज) रोगाने जगभर कोट्यवधी व्यक्तींना पछाडले आहे. त्याचसमवेत वजन वाढणे, स्थूलपणा येणे, रक्तदाब यांसारख्या व्याधींनी कोट्यवधी व्यक्तींना ग्रासलेले आहे.

अमेरिकेत प्रत्येक विषयात सखोल संशोधन करण्यात येते. अत्याधुनिक विचार, सुसज्ज यंत्रणा यांच्या साहाय्याने खऱ्या अर्थाने जागतिक दर्जाचे संशोधन करून निष्कर्ष काढण्यात येतात. चॉकलेटची आवड, त्यामार्फत शरीरावर घडणारे परिणाम, चॉकलेट खाण्याची इच्छा, चॉकलेट निर्मितीमधील घटक इ. अनेक

प्रश्न समाविष्ट करून डॉ. डेव्हिड केसलर यांनी यशस्वीपणे केलेले संशोधन 'द एंड ऑफ ओव्हरईटिंग कंट्रोल ऑफ अमेरिकन ॲपेटाईड' या पुस्तकातून जगापुढे मांडले आहेत.

हॉर्वर्ड या जगविख्यात विद्यापीठातून खाद्यप्रकार विषयात डॉ. केसलर यांनी संशोधन केले. अमेरिकन फूड अँड ड्रग ॲडमिनिस्ट्रेशन खात्याचे ते प्रमुख आहेत. या खात्यातर्फे अमेरिकेत तयार केलेल्या, वापरल्या जाणाऱ्या सर्व खाद्यपदार्थ, पेयांवर सखोल संशोधन करण्यात येते. खाद्यपदार्थांचे शरीराला उपयोग, अपाय, त्याच्या निर्मितीप्रक्रिया, त्यातील घटक, त्यामार्फत शरीरावर होणारी हानी यांसारख्या सर्व घटकांचे काटेकोरपणे संशोधन करूनच निर्मितीचा परवाना देण्यात येतो. अमेरिकन फूड अँड ड्रग ॲडमिनिस्ट्रेशन ही अत्यंत कार्यक्षम महत्त्वपूर्ण यंत्रणा आहे.

त्यांनी केलेल्या संशोधनानुसार चॉकलेटस्‌मधील शर्करा, क्षार आणि स्निग्धयुक्त घटकांमुळे पंचनेंद्रियातील जीभ, जठर यांच्यापेक्षा मेंदूतील केंद्रावर कशाप्रकारे परिणाम घडतो याचे संशोधन सादर केले आहे. पोट पूर्ण भरले असेल, भूक नसेल तरीही चॉकलेटस् खाण्याची इच्छा का निर्माण होते या समस्येवर त्यांनी संशोधन केले. चॉकलेटमधील घटक, त्याचे दृश्य स्वरूप यांमुळे मेंदूतील संवेदना कशाप्रकारे उद्दिपित होतात यावरील त्यांचे संशोधन थक्क करणारे आहे. ज्याप्रमाणे तंबाखूमधील निकोटीन, मादक द्रव्यांमधील

अल्कोहोल यांच्या सेवनाने संवेदना उद्दिपित होतात त्याप्रमाणे जास्त चॉकलेटमधील घटकांचा परिणाम घडतो. वासना कार्यक्षम होते. शारीरिक अवस्था, जरुरी यांपेक्षा मानसिकता, इच्छाशक्ती जास्त प्रभावी ठरते असा त्यांचा निष्कर्ष आहे. चॉकलेटच्या सेवनाने रक्ताभिसरण क्रिया, मेंदूतील क्रियांमध्ये घडणारे बदल यावरही त्यांनी संशोधन करून वेगवेगळे सिद्धांत सादर केले आहेत. संशोधकांपेक्षा चॉकलेटस् निर्मिती करणारे कारखानदार त्यांचा आकार, रंग, चव याबाबतीत जास्त प्रगल्भ आहेत. त्यामुळे चॉकलेटस्, कुकीज, आइस्क्रीम या खाद्यपदार्थांची लोकप्रियता सातत्याने वाढते आहे हे डॉ. केसलर यांनी बिनशर्तपणे मान्य केले. चॉकलेटस्च्या सेवनाने वजन वाढण्याची समस्या त्यांच्या मते जास्त धोकादायक आहे. चॉकलेटस् चघळण्याची इच्छाशक्ती दाबून टाकणे केवळ अशक्य असल्याने वाढणाऱ्या वजनाबाबत जागृती करणे हाच एकमेव उपाय आहे, असे डॉ. केसलर यांचे पक्के मत आहे.

-*-*-*-

२८. मानवी मॅग्नेट : एक आश्चर्यकारक गुणधर्म

जगात अशा काही घटना घडतात, की त्यावर विश्वास बसणे खरोखरीच कठीण असते. विज्ञानाचा कस लावून, तर्कवितर्क करून त्यामागील सत्य शोधणे अवघड असते. काहीतरी परमेश्वरी कृपा, पारलौकिक शक्ती यांसारखे स्पष्टीकरण देणे अपरिहार्य ठरते.

उत्तर लंडनमधील हॉलोवे नावाच्या छोट्या परिसरात वास्तव्य करणारी पन्नास वर्षीय ब्रेंडा ॲलीसन ही कृष्णवर्णीय महिला शरीरशास्त्रज्ञ, भौतिकशास्त्रज्ञ आणि विद्युत ऊर्जेवर संशोधन करणारे संशोधन यांना आगळेच आव्हान ठरली

आहे. तिच्या शरीरात इलेक्ट्रोमॅग्नेटिक पॉवर (विद्युतचुंबकीय शक्ती) इतक्या जास्त प्रमाणात आहे, की तिच्या शरीरावर धातूची नाणी, सुया, खिळे, सुऱ्या, कात्र्या, लहानसे चुंबक यांसारखे धातूचे पदार्थ सहजपणे चिकटून बसतात! जरासा जोर लावल्याशिवाय ते शरीरापासून वेगळे करता येत नाहीत.

सरे परगण्यातील ब्रेमर हेल्थ सेंटरच्या संचालिका डॉ. कॅथी जेमिआनी, लंडन विद्यापीठातील विद्युतचुंबकीय विषयातील संशोधक प्रा. बर्नार्ट इत्यादी व्यक्तींनी ब्रेंडावर विविध प्रकारचे प्रयोग केले, संशोधन केले. अशा या अभूतपूर्व गुणधर्माबद्दल निश्चित काही स्पष्टीकरण देता येत नाही असे त्यांनी कबूल केले आहे.

प्रत्येक मानवी शरीरात विद्युक चुंबकीय क्षेत्र असतेच. त्याचा विशेष परिणाम मेंदूच्या भागात तसेच हृदयाच्या भागात होत असतो. वेगवेगळ्या यंत्रांच्या सहाय्याने विद्युतचुंबकीय लहरींचे मापन, आरेखन करण्यात आलेले आहे. अशा चुंबकीय लहरींमार्फत कोणताही दुष्परिणाम शरीरावर घडत नाही. रक्तप्रवाह, विचारमंथन प्रक्रिया, हृदयाचे स्पंदन यांना त्याची मदत होते. हृदयातील विद्युतचुंबकीय लहरींचे प्रमाण अकस्मात बदलल्यास किंवा क्षणिक थांबल्यास हृदयविकार घडतात.

ब्रेंडा साधारणतः तीन-चार वर्षांची असताना तिच्या शरीरात असा कोणतातरी अलौकिक गुणधर्म असावा अशी कल्पना तिच्या आई-वडिलांना आली. चलनी नाणी तिच्या कपाळाला, गालाला चिकटतात, सुई कातडीवर चिकटून राहते हे त्यांच्या लक्षात आले. त्यांनी डॉक्टरांना या गुणधर्माची कल्पना दिली. ती मोठी झाल्यावर हे वैगुण्य कमी होईल अशी खात्री डॉक्टरांनी दिली. काही तांत्रिक, मांत्रिकांनाही विचारणा करण्यात आली; पण त्यांनी पैसे उकळण्याशिवाय, भंपकपणाचा सल्ला देण्याशिवाय काही केले नाही.

शाळेत ती घड्याळ वापरू लागली तेव्हा कोणतेही घड्याळ नीट वेळ दाखवित नसे. त्यामुळे घड्याळ वापरणे तिने बंद केले. जसजसे वय वाढले त्याप्रमाणे गंमत म्हणून ती हातावर खिळे, नाणी, चेहऱ्यावर सुया, काड्या, चमचे, काटे इत्यादी चिकटवून मित्रमैत्रिणी, इतरांची चेष्टा करीत असे.

लंडन मेडिकल कॉलेजमध्ये डॉक्टरांनी तिची प्रयोगासाठी तीन वेळा तपासणी केली. जेव्हा तिच्या भावनांचा प्रवेग जास्त होता तेव्हा सुमारे एक तासभर तिची मॅग्नेटिक पॉवर भरपूर असते, असे लक्षात आले. तिने हात लावल्यास पाण्याचे नळ, टीव्ही स्क्रीन, रिमोट कंट्रोल, मोबाईल फोन यांच्यातही

लक्षात येणारा फरक जाणवतो, अशी नोंद करण्यात आली. त्या वेळी तिचा रक्तदाब वाढलेला असतो. वयाच्या पंचेचाळीसनंतर तिला उच्च रक्तदाबाचा त्रास सुरू झाला आणि त्यासाठी रोज औषधे घ्यावी लागतात. ब्रेंडाने शिक्षण पूर्ण करून बँकेत अधिकारी म्हणून गेली वीस वर्षे कार्यरत आहे. आपल्यातील अलौकिक गुण दाखवून त्यापासून पैसे जमविणे हे तिला मान्य नाही. तिने कधीही प्रदर्शन करून गल्ला जमविला नाही. काही वेळेस तिच्या त्वचेपासून अर्धा सेंमीपर्यंत एखादी धातूची लहान वस्तू आणल्यास ती आपोआप खेचली जाते असेही संशोधकांना आढळून आले. जेव्हा तिची प्रकृती बिघडते तेव्हा विद्युतचुंबकीय शक्तीचा परिणाम कमी होतो; त्यामुळे तिच्यावर औषधांचाही दुष्परिणाम घडतो. दैवी शक्तीचा गाजावाजा न करता मला माझे साधे आयुष्य जगू दे, असे ब्रेंडाने पत्रकार परिषदेमध्ये नुकतेच जाहीर केले.

-*-*-*-

२९. पृथ्वीवरील सर्वांत शक्तिमान लेझर स्रोत

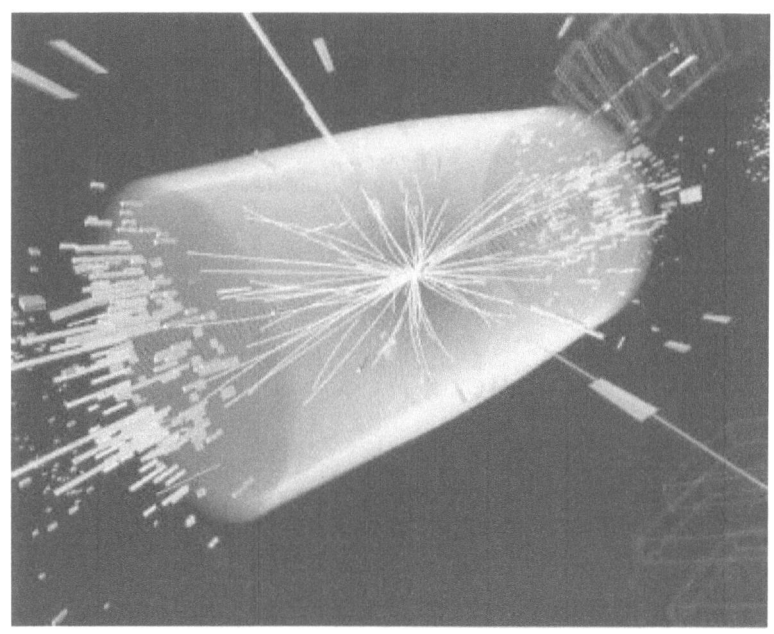

अमेरिका हे राष्ट्र सामर्थ्यवान, शक्तिवान होण्यास आणि तेच स्थान कायम राखण्यास अनेक घटक कारणीभूत आहेत. त्यातील एक महत्त्वाचा घटक म्हणजे विज्ञानामध्ये सातत्याने विविध अंगांनी संशोधन करणे. विज्ञानात भौतिकशास्त्र, रसायनशास्त्र, अंतराळ, खगोल, जीवशास्त्र, हवामान, शरीरशास्त्र असे सुमारे साठ प्रमुख विषय आहेत. त्या प्रत्येक विषयात असंख्य उपविभाग आहेत.

देशोदेशीच्या विद्वान शास्त्रज्ञांना, संशोधकांना, तंत्रज्ञांना अमेरिकेत त्यांच्या कर्तृत्वानुसार आश्रय दिला जातो. त्यांना त्या ठराविक विषयात संशोधन करण्यास,

ज्ञानात भर घालण्यास प्रचंड आर्थिक मदत प्रयोगशाळा इतर साहित्ये यांची सोय करण्यात येते. ज्ञानाचे, शंकाकुशंकाचे, इतर संबंधित शास्त्रज्ञांचे मत इत्यादी विविध निकषांवर ठराविक संशोधन तावून सुलाखून घेतले जाते. नंतरच त्या संशोधनाला मान्यता मिळते. संशोधनाची क्रिया अत्यंत प्रामाणिकपणे अनेक वर्षे अमेरिकेत साकारली जात आहे. त्या कारणास्तव अमेरिकेतील बहुतेक वैज्ञानिक शाखांमधील संशोधन इतर राष्ट्रांपेक्षा पंचवीस-तीस वर्षांनी अग्रेसर आहे.

गेल्या पाच दशकात अमेरिकेने इलेक्ट्रॉनिक्स, संदेशवहन, दूरचित्रवाणी, मोबाईल यांमध्ये अविश्वासनीय प्रगती केलेली आहे. लेजर या सर्वशक्तिमान किरणांची निर्मिती करणे आणि त्याचा विविध क्षेत्रांमध्ये व्यावहारिक उपयोग करून घेणे यावर अमेरिकेतील विख्यात भौतिकशास्त्रज्ञ (फिजीसिस्ट) सध्या लक्ष केंद्रित करीत आहेत. कॅलिफोर्नियातील लिव्हरमोअर गावाजवळ केवळ लेजर किरणांची क्षमता वृद्धिंगत करण्यासाठी नॅशनल इग्नीशिअन फॅसिलिटी या स्वायत्त संस्थेची १९९०पासून निर्मिती करण्यात आली.

डॉ. एडवर्ड मोझेस या संशोधकाला संचालनपदी नेमून त्यांच्या मार्गदर्शनानुसार अनेक विद्यापीठांतील शास्त्रज्ञ लेजर किरणांसंदर्भात संशोधन साकारत आहेत. त्या संस्थेचे प्रतिवर्षी पस्तीस दशलक्ष डॉलर्स इतके अवाढव्य बजेट संशोधन, निर्मिती यांसाठी वापरले जाते. अंतराळात अनेक ग्रह तारे आहेत त्यांच्यावर पृथ्वीवरून महाशक्तिवान लेजर किरणांचा मारा करून त्यातील उर्जास्त्रोत पृथ्वीवर आणता येईल काय, या विषयांवर त्या केंद्राने संशोधन २००५ पासून सुरू केले आहे.

टेक्सास विद्यापीठातील डॉ. विल्यम हॉपर, प्रिंस्टन विद्यापीठातील प्रा. डेराल स्मिथ यांच्या प्रत्यक्ष मार्गदर्शनानुसार सहाशे तंत्रज्ञ या प्रकल्पांमध्ये सामावलेले आहेत. त्या प्रकल्पासाठी एक भव्य बंदिस्त सभागृह (ऑडिटोरिअम) बांधण्यात आलेले आहे. त्यामध्ये इतर वेळी पाच हजार प्रेक्षक बसू शकतील एवढी क्षमता आहे. परंतु प्रयोगासाठी त्यात एकही प्रेक्षक उपस्थित नसतो. त्यामध्ये शंभर चौ. किमी क्षेत्रफळ व्यापणारे आरसे, एकशे नव्वद लेजर किरण निर्माण करणारी केंद्रे, फायबर ऑप्टिक्स, प्रकाशाचे वर्धन आणि केंद्रीकरण करू शकणारे भाग भिंतीमध्ये सामावले आहेत. एकाच वेळी सर्व लेजर निर्मितीकेंद्र कार्यरत झाल्यानंतर प्रकाश किरण बाहेर पडतात. ते ठराविक तंत्रज्ञानाने परावर्तित होतात आणि एकत्रित स्त्रोत निर्माण होते. अशा रीतीने निर्माण झालेला विलक्षण सामर्थ्यवान लेजर किरण प्रती सेकंदाला एकशेचाळीस किमी इतक्या वेगाने बाहेर फेकला

जातो. त्याची क्षमता कोट्यवधी किती. अंतराळात प्रवास करण्याची असते.

अशा प्रकारच्या लेजर निर्मितीपासून कार्बन निर्माण होत नाही. कोणताही त्रासदायक, टाकाऊ घटक तयार होत नाही आणि तो जमिनीत गाडण्याची समस्या निर्माण होत नाही. अशा स्वरूपाचे सर्वांत शक्तिमान लेजर किरण ठरावीक ग्रह ताऱ्यांवर आदळून त्यांची अंतर्गतरचना, त्यांच्यापासून निर्माण होणारे प्रकाशकिरण यांची माहिती संकलित करण्याचे कार्य सुरू झालेले आहे. ती सर्व माहिती परावर्तित होऊन पृथ्वीवरील ठराविक प्रयोगशाळेत सांकेतिक भाषेत एकत्रित केली जाते.

सुपर कॉम्प्युटर्सच्या साहाय्याने त्या उपलब्ध परावर्तित माहितीची शहानिशा करण्यात येते. कोणत्याही प्रकारे अशा प्रयोगांमार्फत हवा, पाणी, जमीन यांचे प्रदूषण होणार नाही. कोणतेही घातक, टाकाऊ, निरुपयोगी पदार्थ निर्माण होणार नाहीत. ही यामधील अत्यंत खात्रीशीर लाभदायक घटना आहे. यामुळेच इतर देशांमधील संशोधकांनी या संशोधनाला कोणत्याही प्रकारचा विरोध केला नाही. अशा रीतीने अत्यंत प्रखर, शक्तिवान लेजर किरण निर्मिती ताब्यात आलेली आहे. त्यांचा वापर अती सूक्ष्मतेने कराव्या लागणाऱ्या शत्रक्रिया, कारखान्यांमध्ये विविध वस्तू तयार करताना करावी लागणारी जोडणी, दूर अंतरावर पडदा लावून त्यावर उमटविण्याची दृश्ये, आकाशात करण्यात येणारी रोषणाई, विमानांच्या लांब पल्ल्याच्या उड्डाण मार्गात इत्यादी अत्यंत खात्रीशीर भक्कम आणि प्रदूषण विरहित अशा स्वरूपाने स्थिरावले आहे.

-*-*-*-

३०. जागतिक दर्जाची तैलचित्रे

रोम, व्हॅटिकन सिटी, ग्रीस येथील पुरातन साम्राज्ये आणि त्यांनी निर्माण केलेली सांस्कृतिक विविधता आश्चर्यकारक आहे. सात-आठ शतके होऊन गेल्यानंतरही लिओनार्दो दा व्हिन्सी, मायकेल एंजोलो, बार्सिलिनो इत्यादी महान चित्रकारांनी, कलावंतांनी निर्माण केलेली तैलचित्रे, संगमरवरी पुतळे, कोरीव शिल्पे पृथ्वीवर मानवनिर्मित असा महान सांस्कृतिक ठेवा आहे. या सर्व प्रकारच्या कलाकृतींमध्ये भव्यता, गती, शारीरिक परिमाणे आणि त्यांचा कायमस्वरूपी परिणाम केवळ आश्चर्यकारक आहे.

इटली, ग्रीस, व्हॅटिकन सिटी या देशांमधील अनेक चर्चेसचे मनोरे, भव्य

भिंती, काचेच्या खिडक्या यांच्यावर ठराविक रंग वापरून काढलेली तैलचित्रे हे पाहण्यासाठी जगभरातून प्रेक्षकांचे समुदाय भेटी देत असतात. अनेक अभ्यासक, चिकित्सक, संशोधक त्या कलाकृतींचा वेगवेगळ्या प्रकारे अभ्यास करून, निरीक्षणे नोंदवून त्यांचे विविध पैलू उजेडात आणतात. लिओनार्दो दा व्हिन्सीने काढलेले 'द लास्ट सपर' हे तैलचित्र येशू ख्रिस्ताच्या आयुष्याच्या अखेरच्या दिवसांचे आहे. त्यामध्ये तो आपल्या शिष्यांसमवेत जगाचा निरोप घेण्यापूर्वी त्याच्या आणि इतर असंख्यांच्या चेहऱ्यावरील हावभाव ते तैलचित्र सजीव असल्याचा भास निर्माण करतात. 'द लास्ट सपर' तैलचित्र 'मास्टरपिस' म्हणून अजरामर झालेले आहे.

व्हॅटिकन सिटी येथील पोप पॉल यांच्या निवासस्थानासमोर असलेल्या भव्य चर्चेसच्या आणि म्युझिअममधील अंतरंगात भिंतीवर काढलेली तैलचित्र केवळ आश्चर्यकारक आहेत. काही तैलचित्रे छतावरील वक्राकार भागात कोणत्या पद्धतीने रंगविलेली असतील हे कल्पनाशक्तीच्या पलीकडचे आहे. मूळचे इटालियन परंतु कॅलिफोर्निया विद्यापीठातून डॉ. सिनॉर सिरासिनी यांनी इलेक्ट्रॉनिक्स आणि इलेक्ट्रिकल विषयात इंजिनिअरिंग पदवी प्राप्त केली. याचा विशेष लिओनार्दोने निर्माण केलेल्या तैलचित्रांचा इतिहास हा त्यांच्या संशोधनाचा विषय होता. 'द लास्ट सपर' तैलचित्र पूर्ण केल्यानंतर लिओनार्दोने १५०४ मध्ये 'द बॅटल ऑफ अँगिहारी' नावाचे तैलचित्र काढण्यास सुरुवात केली. लिओनार्दोने काढलेल्या असंख्य तैलचित्रांपैकी 'द बॅटल ऑफ अँगिहारी' नावाचे तैलचित्र काढण्यास सुरुवात केली. लिओनार्दोने काढलेल्या असंख्य तैलचित्रांपैकी 'द बॅटल' हे तैलचित्र सर्वांत भव्य आणि देखणे असल्याचा बोलबाला सगळीकडे झाला होता. लिओनार्दोने आपले सर्व कौशल्य पणाला लावून तैलचित्र पूर्ण करण्यास सुरुवात केली होती; परंतु अनेक अडचणींमुळे १५०६ मध्ये ते तैलचित्र अर्धवट अवस्थेत सोडून त्याने जगाला धक्का दिला. ते तैलचित्र कोठे लुप्त झाले हे इतिहासाला अज्ञात होते.

१९७५ मध्ये डॉ. सिरासिनी यांनी न्यूट्रॉन बीम्स, लेजर्स, अल्ट्रा व्हायोलेट किरण, इन्फ्रारेड यांच्या संदर्भात संशोधन पूर्ण केले. प्रचंड शक्ती असूनही वस्तू उद्‌ध्वस्त न करता आरपार जाण्याच्या वैशिष्ट्याचा उपयोग करून तैलचित्रांचा सखोल अभ्यास करण्याचा उपक्रम त्यांनी अंगीकारला. इतिहासाचा वेध घेताना फ्लॉरेन्स येथील विख्यात 'हॉल ऑफ ५००' मध्ये १५६३ मध्ये जॉजिओ व्हेसारी या आर्किटेक्टने सुधारणांच्या नावाखाली काही तैलचित्रे वेगळ्या कापडाच्या

थरांनी झाकून त्यावर दुसरी तैलचित्रे एंबॉस केल्याचा उल्लेख मिळाला. डॉ. सिरासिनी यांच्या संशोधनाला निश्चित दिशा मिळाली. त्यांनी इटालिअन सरकारकडे अज्ञात तैलचित्रांचा अत्याधुनिक तंत्रज्ञानामार्फत शोध घेण्याच्या प्रकल्पाचा प्रस्ताव सादर केला. उलट-सुटल चर्चा होऊन मूळ तैलचित्रांना कोणताही धोका नाही याची खात्री पटल्यावर, १९९० मध्ये डॉ. सिरासिनी यांना परवानगी प्राप्त झाली. त्या संशोधन प्रकल्पाला अमेरिका, हॉलंड, रशिया येथील तज्ज्ञ भौतिक संशोधकांना समाविष्ट करून घेण्यात आले. त्यांनी भव्य तैलचित्रांसमोर साधारणत: पस्तीस ते चाळीस फूट उंचीचे पहाड बांधले. त्यावर हरतऱ्हेने कॅमेरे चढवून मूळच्या तैलचित्रांची एक चौ. मिलीमीटर आकाराची हजारो छायाचित्रे न्यूट्रॉन बीम तंत्रज्ञान वापरून काढली. इन्फ्रारेड कॅमेऱ्यांच्या साहाय्याने प्रत्येक छायाचित्राची तपासणी करण्यात आली. तब्बल आठ वर्षानंतर त्यांच्या प्रयत्नांना यश प्राप्त झाले. डोळ्यांना प्रत्यक्ष दिसणाऱ्या तैलचित्राच्या मागच्या बाजूस युद्ध भूमीवरची सैनिक, घोडेस्वार यांची चित्रे दिसली. पुन: पुन्हा तपासण्या करून त्या भव्य तैलचित्रांच्या मागील बाजूस, झाकलेली असंख्य, उत्कृष्ट तैलचित्रे ज्ञात झाली. काही तैलचित्रे अर्धवट का सोडण्यात आली याचे मात्र समाधानकारक उत्तर मिळू शकत नाही. नजरेत दिसणाऱ्या आणि त्यामागे झाकल्या गेलेल्या तैलचित्रांमध्ये वेगवेगळ्या रसायनांचा अत्यंत पातळ पडदा (स्क्रीन) तयार करून, अज्ञात तैलचित्रे जगापुढे आणण्याचा विलक्षण प्रकल्प आता इटालिअन सरकारने हाती घेतला आहे. डॉ. मॉरी झिओ सिरासिनी यांना २००८ मध्ये इटालिअन सरकारने यासाठी खास पारितोषिक देऊन गौरविले आहे.

-*-*-*-

प्राचार्य (नि.) अनिल दांडेकर

१) माध्यमिक विज्ञान अध्यापक, नू. म. वि. प्रशाला - २२ वर्षे
२) प्राचार्य, एम.आय.टी. स्कूल, कोथरूड, पुणे - १२ वर्षे
भ्रमणध्वनी - ७७९८६४९३०३

* शिक्षण संचालक, अंदमान- निकोबार यांचेतर्फे त्सुनामीग्रस्त विद्यार्थी, अध्यापकांना मार्गदर्शक म्हणून पोर्ट ब्लेअर येथे वास्तव्य केले. त्सुनामीची वैज्ञानिक माहिती संकलित केली.

* नैसर्गिक आपत्ती व्यवस्थापन या विषयावर विशेष अभ्यास. 'त्सुनामी लाटां'ची सीडी, नकाशे यांच्यासह माहितीपूर्ण ५०० पेक्षा जास्त व्याख्याने दिली. त्सुनामीसंदर्भात जनजागृती करण्याचा नावीन्यपूर्ण उपक्रम राबविला. आजपर्यंत सुमारे एक लाख व्यक्तींपर्यंत 'त्सुनामी'ची परिपूर्ण माहिती दिली.

* भारतात आणि चीन, जपान, इजिप्त, रशिया, ब्रिटन या देशांमध्ये अभ्यास दौरे. वॉशिंग्टन येथील जगविख्यात नॅशनल जिओग्राफिक संस्थेला अभ्यासभेट. क्रीडा वार्ताहर म्हणून भारतीय संघाबरोबर अपंग खेळाडूंच्या आंतरराष्ट्रीय क्रीडा स्पर्धांना न्यूयॉर्क येथे सहभाग. (१९८४)

* पुणे- एव्हरेट २०१२ गिरिप्रेमीच्या मोहिमेत सक्रिय सहभाग. दोन विद्यार्थी १९ मे २०१२ रोजी एव्हरेस्टविजेते ठरले.

पुढील विषयांवर मनोरंजक व्याख्याने–

१) चीनची अतिप्रचंड भिंत, जपानमधील हिरोशिमा येथील अणुबॉम्बचा संहार. चीन, जपानची संस्कृती-सामाजिक ओळख सीडीच्या साह्याने करून देणे.

२) इजिप्तचे पिरॅमिड्स, सुएझ कालवा, सहारा वाळवंट यांचे अनुभव.

३) नेपाळ, यशस्वी एव्हरेस्ट मोहीम २०१२ चे सादरीकरण.

४) वृत्तपत्रे, मासिके यांतून विज्ञान, भौगोलिक माहिती, क्रीडा, प्रवास इत्यादी विषयांवर तीन हजार लेख प्रसिद्ध. ज्ञान आणि मनोरंजन, जनरल नॉलेज विषयांवर सहा पुस्तके प्रसिद्ध.

* विविध शैक्षणिक कार्याबद्दल ६ जानेवारी २०१० रोजी पुणे महानगरपालिकेने विशेष गौरव पदक देऊन सन्मानित केले.